BÔNG MAI XANH KIÊU HÃNH

(Truyện ký)

Kiều Bích Hậu

(Biên soạn)

Ukiyoto Publishing

All global publishing rights are held by

Ukiyoto Publishing

Published in 2024

Content Copyright © Kiều Bích Hậu

ISBN 9789362690470

All rights reserved.
No part of this publication may be reproduced, transmitted, or stored in a retrieval system, in any form by any means, electronic, mechanical, photocopying, recording or otherwise, without the prior permission of the publisher.

The moral rights of the author have been asserted.

This book is sold subject to the condition that it shall not by way of trade or otherwise, be lent, resold, hired out or otherwise circulated, without the publisher's prior consent, in any form of binding or cover other than that in which it is published.

www.ukiyoto.com

Contents

Những điều về nhân vật chính	1
Người dẫn đường nghiêm khắc	10
Người đàn bà thép và trái tim ấm mềm	16
Bạn đồng hành	23
Hào hiệp và cô đơn	28
Nhà quản lý sắc bén	35
Người phụ nữ giàu tình cảm	42
Duyên trời ban	49
Buổi phỏng vấn định mệnh	55
Người đạo diễn của đời tôi	64
Đòn bẩy áp lực	68
Sếp nữ thông minh, tư duy logic	70
Tri kỷ của lòng tôi	73
Người đẹp biến mất	78
Giải phóng siêu năng	94
Nghĩa tào khang	105
Về tác giả	106

Những điều về nhân vật chính

Cử nhân sinh học Vũ Khánh Hương sinh năm 1969 tại Hà Nội, là con gái thứ hai trong gia đình trí thức, mẹ là Cô giáo Kim Băng, dạy môn toán cấp Trung học phổ thông, bố là Đại tá Vũ Khôi (lực lượng công binh). Thập niên bảy mươi hồi đó tại Thủ đô, Khánh Hương đã là cô gái nhỏ nổi bật trong khu phố nơi gia đình sinh sống bởi vẻ xinh xắn, lanh lợi, hoạt bát và ăn mặc rất có "gu". Sinh ra và lớn lên trong sự yêu thương, chiều chuộng của bố mẹ và chị gái, Khánh Hương đã được nuôi dưỡng trong môi trường thuận lợi, đủ mọi điều kiện cả về kinh tế và văn hóa, nhận được sự giáo dục kỹ lưỡng, toàn diện từ những người ruột thịt.

Từ nhỏ, Khánh Hương là một cô bé cao ráo, mảnh mai, xinh đẹp và có nét duyên dáng đặc biệt, thu hút sự quan tâm của mọi người xung quanh. Dù sinh ra và được nuôi dưỡng trong một môi trường hạng trung lưu, gia đình có điều kiện tài chính tốt, nhưng Cô bé không bị cuốn vào vẻ xa hoa hay sự lãng mạn của mức sống ấy, cũng không tỏ ra xa cách. Thay vào đó, Cô luôn dễ hòa đồng với bạn bè và biết cách kết nối nhanh chóng, bền chặt với mọi người, bất kể họ ở hoàn cảnh xã hội hay địa vị nào khác.

Khánh Hương được nhận xét là một cô gái "lá ngọc cành vàng" thời đó, không chỉ vì nhan sắc, vẻ sang trọng bên ngoài mà còn bởi tính cách tinh tế và lịch thiệp của mình. Cô luôn biết giữ gìn cẩn thận trong giao tiếp, luôn tỏ ra lễ phép và ý tứ. Dù ở bất kỳ tình huống nào, Khánh Hương luôn toát lên vẻ nhẹ nhàng và duyên dáng, khiến mọi người xung quanh không khỏi ngưỡng mộ và quý mến, muốn được kết thân và thường xuyên qua lại, nói chuyện với Cô. Sự kết hợp hài hòa giữa vẻ đẹp ngoại hình và phẩm hạnh bên trong đã tạo nên một hình ảnh tuyệt vời, khó phai trong lòng những ai từng gặp gỡ và tiếp xúc với Cô. Thêm vào đó, sự giáo dục chu đáo từ gia đình, nhà trường, cùng với đời sống giàu trải nghiệm, ý thức học hỏi không ngừng, ý chí quyết liệt và khát khao vươn lên đã giúp Cô phát triển một tư duy sắc sảo và có chiều sâu, khiến Cô sau này trở thành một nhà quản lý, một phụ nữ xuất sắc trong mọi mặt của cuộc sống.

Do là em gái trong gia đình, Khánh Hương ít phải làm việc nhà hơn, nhưng Cô biết cách thưởng thức cuộc sống một cách tinh tế và tập trung thời gian để chăm chỉ học hành, sáng tạo. Giờ phút rảnh rỗi của Cô thường được dành cho việc đọc sách và đi chơi với bạn bè, Cô rất hiếu khách và từ nhỏ đã có kỹ năng thích nghi linh hoạt với mọi hoàn cảnh. Cô cũng là người kiên cường, bản lĩnh, biết mình biết người, có ý thức vươn lên không ngừng nghỉ, tự khẳng định bản thân, không ỷ lại vào gia thế.

Một sự việc đáng nhớ xảy ra khi Khánh Hương còn nhỏ, ấy là khi nhà Cô nuôi được vài con gà công nghiệp. Trong giai đoạn khó khăn của đất nước, gà công nghiệp trở thành món ăn quý giá cải thiện đáng kể bữa ăn của nhiều gia đình viên chức. Và một lần, vào ngày nghỉ, khi gia đình quyết định làm thịt con gà béo nhất, nặng tới hơn ba ki - lô - gam, Khánh Hương đã không ngần ngại xin phép mẹ để mời một cô bạn gái đến ăn cùng. Bữa ăn ấy thật sự ngon miệng và rất vui vẻ. Ngay từ nhỏ, Cô đã rất biết cách chia sẻ hạnh phúc với người khác một cách tinh tế. Hành động này còn thể hiện lòng hào phóng, sự quan tâm đến người khác và kỹ năng tổ chức, tạo không khí một bữa ăn tối đầm ấm, ngon lành, vui vẻ cho cả gia đình cùng với khách. CN. Khánh Hương, trong suốt cuộc đời mình, với tính cách giàu sáng tạo và sự tử tế, luôn là nguồn cảm hứng cho những ai có cơ hội được gặp gỡ và biết đến Cô.

Sau khi tốt nghiệp cử nhân sinh học (Đại học Tổng hợp Hà Nội), Khánh Hương cùng gia đình chuyển đến TP. HCM sinh sống. Với kỹ năng ngoại ngữ xuất sắc, đặc biệt là tiếng Anh mà Cô tự học, Khánh Hương nhanh chóng tìm được việc làm tại công ty dược phẩm Biopha. Việc giỏi ngoại ngữ giúp Cô vượt qua những thử thách trong công việc mới và mở ra nhiều cơ hội tuyệt vời trong sự nghiệp của Cô.

Tại Biopha, Khánh Hương có điều kiện gặp gỡ và làm việc cùng Dược sĩ Trần Tựu - một vị lãnh đạo nổi bật với sự nghiệp và tinh thần tương đồng. Từ mối quan hệ chuyên môn, tình cảm giữa họ dần phát triển, và sau đó, Trần Tựu trở thành người phu quân yêu thương và đồng hành cùng Khánh Hương trong cuộc sống. Mối quan hệ của Khánh Hương và Trần Tựu không chỉ dừng lại ở hợp tác nghề nghiệp mà còn là kết nối về mặt tinh thần và trí tuệ, mang đến cho cả hai một sự hoàn thiện và hạnh phúc trong cuộc sống gia đình.

Khi ấy, Trần Tựu là cấp trên của Khánh Hương, ông là Tổng Giám đốc Liên hiệp các xí nghiệp dược TP. HCM. Cô Khánh Hương làm việc tại Biopha, một công ty trực thuộc Liên hiệp các xí nghiệp dược TP. HCM. Mối quan hệ chuyên môn ban đầu giữa họ dần trở nên thân thiết hơn khi họ cùng nhau làm việc trong môi trường sôi động phát triển của ngành dược phẩm. Sự hiểu biết và tôn trọng lẫn nhau đã đưa họ đến với tình yêu và hôn nhân, Trần Tựu trở thành người chồng yêu thương và đồng hành cùng Khánh Hương trong suốt đoạn đời viên mãn nhất.

Trong giới kinh doanh, câu chuyện về sự hợp tác và thành công của một cặp vợ chồng không chỉ là một câu chuyện về tình yêu, mà còn là câu chuyện về sự chung tay xây dựng và phát triển sự nghiệp, góp phần vào công cuộc phát triển kinh tế xã hội. Câu chuyện về Cử nhân Khánh Hương và Tiến sĩ Trần Tựu là một hình mẫu minh chứng rõ ràng cho điều này.

Trong vòng 10 năm thời kỳ trước, ông Trần Tựu đảm nhận vai trò Tổng Giám đốc Tổng công ty Dược Việt Nam (giai đoạn 1995-2005), một thời điểm đầy thử thách và cơ hội trong lĩnh vực dược phẩm của Việt Nam. Đồng hành bên cạnh ông trong thời gian này là người vợ tào khang - Cử nhân Khánh Hương, người đã đóng vai trò quan trọng trong việc hỗ trợ và động viên ông vượt qua những khó khăn, cùng thực hiện những quyết định chiến lược quan trọng mang lại những bước tiến lớn cho ngành công nghiệp dược nước nhà.

Sau giai đoạn này, khi Trần Tựu rời vị trí Tổng Giám đốc Tổng công ty Dược Việt Nam để nhận quyết định hưu trí năm 2005, hai vợ chồng ông quyết định bước vào một thử thách mới với việc sáng lập và phát triển Công ty Cổ phần Dược phẩm SaVi (SaVipharm) cùng một số bạn chí cốt. Khởi đầu từ những nỗ lực vượt bậc và sự hy sinh không ngừng, SaVipharm đã từng bước vượt qua thách thức, khẳng định vị thế của mình trên thị trường dược phẩm Việt Nam và quốc tế hơn 18 năm qua.

Với sự lãnh đạo tận tâm của Thầy thuốc ưu tú, Tiến sĩ, Dược sĩ CKII Trần Tựu và sự hỗ trợ, đồng hành chặt chẽ của CN. Khánh Hương, SaVipharm đã không chỉ tạo ra hơn 600 trăm việc làm cho cán bộ công nhân viên mà còn xây dựng nên một trong những doanh nghiệp dược hàng đầu tại Việt Nam. Đặc biệt, SaVipharm là công ty dược đầu tiên tại Việt

Nam đạt cùng lúc 2 tiêu chuẩn cao nhất của ngành dược thế giới - GMP châu Âu và GMP Nhật Bản, khẳng định năng lực và chất lượng dược phẩm của công ty trên thị trường quốc tế.

Ngoài ra, SaVipharm còn là đơn vị tiên phong xuất khẩu thuốc sang Nhật Bản, các nước châu Á khác và đang tích cực xúc tiến xuất khẩu dược phẩm Việt Nam sang châu Âu. Thành tích này đã giúp cho SaVipharm được vinh danh hai lần danh hiệu "Ngôi sao thuốc Việt" 2015, 2024, và được công nhận là doanh nghiệp Khoa học công nghệ của TP. HCM.

Nhìn lại hành trình phấn đấu, phát triển và khẳng định uy tín của SaVipharm, không thể không nhắc đến sự đóng góp không ngừng nghỉ của Cử nhân Khánh Hương - người phụ nữ thông minh, tài năng, một nhà lãnh đạo đầy nhiệt huyết, luôn sát cánh cùng chồng trong mọi thử thách và thành công của cuộc đời. Sự cống hiến và lòng đam mê của Cô là nguồn động lực vô giá giúp SaVipharm vươn xa hơn trên con đường phát triển và vươn tầm quốc tế. Sau thành công lừng lẫy của Tiến sĩ Trần Tựu, có bóng hồng xuất sắc chẳng kém, đó là một "Bông mai xanh kiêu hãnh" – Cử nhân Khánh Hương.

Trong một cuộc trò chuyện gần đây, Thầy thuốc ưu tú, Tiến sĩ, Dược sĩ CK II Trần Tựu đã không ngần ngại chia sẻ về vai trò quan trọng của vợ mình, Cử nhân Khánh Hương, trong sự thành công rực rỡ của công ty dược phẩm SaVipharm suốt hơn 18 năm qua.

Theo Tiến sĩ Trần Tựu, Khánh Hương không chỉ là người vợ tào khang, người tri kỷ, mà còn là nguồn động lực và tình yêu lớn nhất thúc đẩy ông trong việc sáng lập và dẫn dắt SaVipharm đến thành công như ngày hôm nay. "Cách làm việc của Khánh Hương rất đáng khâm phục," Tiến sĩ Trần Tựu nhấn mạnh, "Khánh Hương luôn tận tâm, tận tụy, chỉn chu, khoa học và thông thái nhất. Khánh Hương có công kết nối SaVipharm với hệ thống rộng khắp các nhà cung ứng uy tín trên toàn cầu."

Cử nhân Khánh Hương nhiều năm qua đảm nhận vai trò Giám đốc phòng Kế hoạch - Cung ứng tại SaVipharm, một vị trí vô cùng quan trọng liên quan đến quản lý chi phí lớn nhất và căn bản của công ty. "Khánh Hương luôn sát sao và chặt chẽ, nhất là trong đàm phán về giá nguyên phụ liệu, bao bì," Tiến sĩ Trần Tựu cho biết, "để đảm bảo mang về hiệu quả cao nhất và tránh lãng phí, góp phần quan trọng vào sự phát triển bền vững của SaVipharm."

Khánh Hương không chỉ là một người vợ yêu thương mà còn là một nhà lãnh đạo có tầm nhìn, mang đến những cống hiến đáng kể cho sự nghiệp và gia đình của Tiến sĩ Trần Tựu. Sự kết hợp hài hòa giữa đam mê nghề nghiệp và tình cảm gia đình là điều mà Trần Tựu và Khánh Hương luôn hướng đến, gìn giữ trong suốt cuộc sống rực rỡ của cặp đôi đặc biệt này trong ngành Dược Việt Nam.

Cuốn sách này được viết ở thể loại truyện ký cho nên ngoài hai nhân vật chính là CN. Khánh Hương và TS. Trần Tựu được giữ tên thật ngoài đời, còn hầu hết các nhân vật khác đều đã được đổi tên. Việc này không chỉ nhằm bảo vệ sự riêng tư của các cá nhân có liên quan mà còn giúp tác giả tự do hơn trong việc sáng tạo và xây dựng cốt truyện. Từng cái tên mới được chọn lựa kỹ lưỡng để phù hợp với tính cách và vai trò của mỗi nhân vật trong câu chuyện mà họ chia sẻ, đảm bảo giữ được tính chân thực và chiều sâu mà không làm mất đi sự hấp dẫn, lôi cuốn của nội dung. Điều này cũng giúp người đọc dễ dàng tập trung vào mạch truyện chính mà không bị phân tâm bởi những chi tiết cá nhân không cần thiết. Việc đổi tên các nhân vật phụ, do đó, là một yếu tố quan trọng để tác phẩm đạt được sự sáng tạo và gắn kết trong cả nghệ thuật và nội dung.

Trình tự nội dung của cuốn sách được sắp xếp đảo ngược thời gian, từ hiện tại lần lại quá khứ, để bạn đọc có thể tiếp cận theo cách khác biệt, về hình ảnh Cử nhân Khánh Hương, từ một người nữ lãnh đạo ấn tượng ngày nay, ngược về quá khứ là một cô gái nhỏ được cưng như trứng mỏng, để tìm ra căn nguyên nào khiến Cô có thể tạo nên những thay đổi mạnh mẽ, để đạt đến một đời sống lạ kỳ như thế.

Mong rằng với tấm lòng trân trọng ghi chép lại dù chưa đầy đủ những tư liệu về cuộc đời CN. Khánh Hương, nhóm thực hiện cuốn sách này sẽ cung cấp được tới bạn đọc những điều quý giá trong nghề nghiệp và đời sống của một nhân vật đáng chú ý, để làm hành trang vươn lên không ngừng và cống hiến mãi mãi cho cộng đồng.

Trân trọng cảm ơn các anh chị em đồng nghiệp tại SaVipharm và một số người thân, bạn hữu của CN. Khánh Hương đã chia sẻ câu chuyện và tình cảm để cùng nhau tạo nên cuốn sách này.

(Lời người biên soạn sách - Nhà văn **Kiều Bích Hậu)**

Người dẫn đường nghiêm khắc

Ngày đầu tiên đi làm ở Phòng Kế hoạch – Cung ứng, khi Ngọc bước vào văn phòng, cô nhận ra rằng không phải mọi thứ đều diễn ra suôn sẻ. Không khí trong phòng uy nghiêm đến phát sợ, dường như ai nấy đang gắng kiểm soát đến cả hơi thở của mình. Cô hơi hoang mang, sao không khí đầu ngày mà đã căng thẳng thế này, đó là sự thật, hay do cô tưởng tượng ra?

Ngọc nghe một bạn gái ở phòng Tổ chức – hành chính nói với mình rằng cô Khánh Hương (Giám đốc Phòng Kế hoạch – Cung ứng) là người siêu kỹ tính, và rất nóng nảy. Bạn chỉ cần mắc lỗi nhỏ xíu, thì đời bạn đi tong. Nếu bạn làm hỏng việc, thì tốt nhất bạn nên "treo cổ" trước khi Cô thấy bạn. "Cô la" đã thành một mật ngữ ám chỉ việc dông tố đang nổi lên ở một góc nào đó trong văn phòng công ty.

Trong một buổi họp đầu giờ ngày thứ hai đi làm, Ngọc đã bị cô Khánh Hương lớn tiếng chỉ trích vì bỏ sót một số tài liệu quan trọng khiến bản báo cáo không đầy đủ.

Cô không giấu diếm sự phẫn nộ khi phát hiện lỗi của Ngọc.

- Chị Ngọc, chị là người có ăn có học, việc này là không thể chấp nhận được. Chúng ta phải chú ý đến từng chi tiết, đặc biệt khi đây là một báo cáo quan trọng như vậy. Sự cẩn thận và tỉ mỉ là yếu tố không thể thiếu trong công việc của chúng ta. Chẳng phải tôi đã nhắc kỹ điều đó ngay từ ngày đầu tuyển dụng chị? Hãy tưởng tượng xem, chúng ta sản xuất thuốc để người bệnh dùng, người bệnh đặt niềm tin vào viên thuốc SaVi, nếu ta để viên thuốc bị lỗi, thì hậu quả ra sao???

Ngọc cảm nhận được sự thất vọng và phê phán nặng nề từ cô Khánh Hương, nhưng đồng thời cô cũng xấu hổ khi bị Giám đốc la lối lớn tiếng giữa những người đồng nghiệp khác. Cô đỏ bừng mặt, cố nén nhịn và không chối cãi lỗi lầm. Gắng dằn lòng lại, cô nhận lỗi và hứa sẽ cải thiện:

- Thưa cô Hương, em xin lỗi về sơ suất này. Em xin nhận trách nhiệm hoàn toàn và sẽ làm việc cẩn trọng hơn, chăm chỉ hơn để đảm bảo rằng những lỗi như vậy sẽ không xảy ra lần nào nữa.

Cô Khánh Hương nhìn vào ánh mắt quyết đoán của Ngọc, cơn giận của Cô có chút vơi nhẹ:

-Tôi hy vọng chị sẽ giữ lời hứa của mình. Tôi cần mỗi người trong đội ngũ phải hoàn hảo trong từng chi tiết để đảm bảo trách nhiệm trọn vẹn của Công ty. Hãy nhớ rằng sức khỏe của người bệnh phụ thuộc vào từng chi tiết, từng hành động nhỏ của các anh chị, không được phép bỏ sót, không được sai. Làm trong ngành dược là như vậy.

Nói từng lời rõ ràng, như ghim vào não Ngọc, rồi Cô dừng lại một khắc để nhìn thẳng mắt Ngọc, vừa nghiêm khắc, vừa như khích lệ. Chính lúc đó, Ngọc không còn cảm thấy ngượng vì bị "Cô la" trước mặt mọi người nữa, mà tiếp nhận được sự động viên khác lạ từ Cô. Thật kỳ lạ, bị "Cô la", mà lại như được tiếp thêm sức mạnh, tự tin vào sự khác biệt của đội ngũ SaVi và quyết tâm hơn bao giờ hết để hoàn thiện công việc của mình. Liệu có phải thách thức đã hóa giải thành hứng khởi?

Ngọc nghĩ, mình cần học gì từ lần bị "Cô la" đầu tiên này? Đó không chỉ là một bài học về sự cẩn thận và tỉ mỉ trong công việc, mà còn là bước đệm cho mối quan hệ đầy ý nghĩa giữa Cô và Ngọc trong tương lai. Ngọc nhớ buổi đầu tiên gặp Cô, thì trong khoảnh khắc đầu, Ngọc cảm nhận cô Khánh Hương có nụ cười tươi trẻ. Ngọc cảm nhận bằng trực giác của mình, người phụ nữ có nụ cười ấy hẳn mang tâm hồn nhân hậu. Ngọc đã tìm hiểu và biết Cô là một Cử nhân sinh học, nhưng hơn thế nhiều, Cô đã trang bị cho mình nền tảng học vấn và năng lực siêu việt, trở thành Giám đốc phòng Kế hoạch - Cung ứng tại Công ty CP Dược phẩm SaVi, một công ty hàng đầu trong ngành dược phẩm. Ngọc tò mò muốn biết cách thức Cô có được điều đó, nhưng hầu như những đồng nghiệp mới rất kín tiếng khi được hỏi về Cô.

Không hỏi được, thì Ngọc âm thầm quan sát, dõi theo cô Khánh Hương trong quãng thời gian làm việc tại SaVi. Ngọc thấy cô Khánh Hương luôn tận tụy với công việc của mình. Cô là một người lãnh đạo xuất sắc, và không những thế, Cô luôn tạo điều kiện để đội ngũ dưới quyền phát triển và thành công. Cô tỏ ra rất dữ dội trong công việc, nhưng bản chất Cô lại thiện. Hiếm có người phụ nữ nào có thể tách bạch rạch ròi giữa công việc và tình cảm như Cô. Ngọc nảy sinh ước muốn trở thành điểm tựa đáng tin cậy của Cô. Ngọc biết, Cô làm việc căng thẳng như thế, Cô cũng không phải thánh nhân mà không biết mệt, hoặc không có lúc nào đó mềm lòng. Vậy thì cần có người ở bên Cô đúng lúc, làm đỡ việc cho Cô, hoặc ít ra, được Cô tin cậy mà chia sẻ những gánh nặng quá sức. Hiếm khi Ngọc mới bắt gặp ánh mắt mệt mỏi của Cô. Lúc ấy, Ngọc thấy thương Cô mà không dám lại gần hỏi han, vì vẫn sợ vía Cô. Ngọc chợt nhớ lời bà ngoại, rằng ở đời có người ngôn ngữ dữ dằn, dễ át vía những người xung quanh, nhưng tâm lại lành, và có tâm hồn cũng rất mong manh vào thời khắc nào đó, rất cần được thông cảm.

Tuy chẳng dám lại gần Cô, nhưng Ngọc tìm cách "tiếp cận" Cô bằng lối khác. Ngọc làm việc thật tập trung, coi tập trung là sức mạnh riêng của mình, để công việc luôn hoàn hảo, để cô Khánh Hương không bị mất sức la mắng nữa. Bằng cách âm thầm đó, Ngọc lặng lẽ đồng hành với Cô.

Một ngày nọ, cuộc sống bất ngờ đặt ra thách thức lớn cho cô Khánh Hương khi Cô phát hiện mình mắc phải một căn bệnh nghiêm trọng. Bất chấp sự sợ hãi và lo lắng, Khánh Hương quyết định đối mặt với bệnh tình một cách mạnh mẽ và kiên định. Ngọc biết Cô bị bệnh, biết Cô mỏi mệt, nhưng khi Cô không chịu chia sẻ, thì Ngọc cũng không dám hỏi.

Khi thấy Cô tạm nghỉ làm, Ngọc lo lắng, muốn nhắn tin, gọi điện hỏi thăm, nhưng rồi lại sợ làm phiền Cô. Khi cô Khánh Hương dần dần vượt qua bệnh tật, hồi phục và trở lại với công việc ở Phòng Kế hoạch – Cung ứng, Ngọc thầm biết ơn điều đó. Thực sự, khi nhìn thấy Cô ngồi ở góc làm việc quen thuộc, Ngọc an tâm hơn hẳn, như đứa con thấy Mẹ mình đi công tác trở về. Lúc ấy, Ngọc mới thấy thương làm sao giọng nói quen thuộc của Cô. "Cô ơi, Cô la mắng em cũng được nhé. Em cần nghe tiếng Cô. Em cần Cô hiện diện nơi này với chúng em. Cô chính là linh hồn, là sức sống mãnh liệt của Phòng mình..." Ngọc những muốn thốt lên lời ấy với Cô, nhưng không hiểu sao, cổ họng cứ nghèn nghẹn. Thỉnh thoảng, trong lúc làm việc, Ngọc ngước lên nhìn trộm Cô Hương, với ánh mắt thương mến, cảm phục.

Ngọc hiểu rằng, chỉ cần Cô ở đó, là mọi việc sẽ ổn, là Công ty SaVi sẽ tiếp tục tiến lên vững chắc. Sự hiện diện của Cô lan tỏa niềm tin, sức mạnh và tinh thần lạc quan, rằng họ là một tập thể tràn đầy sức mạnh, khác biệt và duy nhất. Họ sẽ đạp bằng mọi gian khó, để phục vụ cộng đồng hiệu quả nhất. Nhân dân sẽ chọn họ, cũng như Ngọc đã chọn Cô làm người chỉ dẫn công việc, định hướng đường đi cho mình mãi mãi.

Người đàn bà thép và trái tim ấm mềm

Sáng nay, anh Vũ - trưởng kho vật tư, đến công ty sớm hẳn một giờ đồng hồ. Đây là lần đầu tiên anh quyết định có một sự thay đổi trong hành trình đi làm đều đặn mỗi ngày. Đi làm đúng giờ là lẽ đương nhiên, chưa kể việc cần đến trước giờ làm từ năm đến mười phút để chuẩn bị sẵn sàng cho công việc được bắt đầu trơn tru nhất, nhưng từ tuần này, anh quyết định sẽ có một ngày trong tuần đến Công ty trước giờ làm một giờ đồng hồ.

Sở dĩ có sự thay đổi này, là vì tác động thật đặc biệt của cô Khánh Hương đối với anh vào tuần trước. Cô ấy là Sếp trực tiếp của anh, người mà Vũ luôn kính nể về sức làm việc cũng như năng lực ở mức siêu hạng, khó có ở một người phụ nữ có gia đình. Cô là Sếp nữ, nhưng Vũ luôn cảm thấy tôn trọng và khâm phục sự nghiêm túc cũng như tính chuyên nghiệp cao, tư duy sắc sảo của cô Khánh Hương trong công việc. Đặc biệt, những đòi hỏi cao đến mức gần như phi lý của Cô không phải lúc nào cũng khiến cấp dưới có thể đạt được.

Tuần trước, khi anh Vũ được làm việc cùng cô Khánh Hương trong việc chuẩn bị hồ sơ cho một dự án lớn, anh bắt đầu nhận ra rằng Cô không chỉ là một người quản lý xuất sắc, có tầm nhìn, luôn đặt mục tiêu cao ngất, mà còn là một người đáng yêu và hòa đồng trong đời thường.

Dự án lớn cung ứng dược phẩm cho một đối tác mới mà Công ty SaVi đang tham gia đối mặt với một tình huống rủi ro không ngờ đến. Trong quá trình vận chuyển một lô dược liệu quan trọng từ nhà máy sản xuất đến kho vật tư của công ty, xe chở hàng bị gặp sự cố trên đường và bị mất kết nối liên lạc.

Nhận thấy rằng lô hàng không xuất hiện đúng thời gian như dự kiến, cô Khánh Hương, Giám đốc phòng Kế hoạch - Cung ứng, và anh Vũ, Trưởng kho vật tư, ngay lập tức bắt đầu điều tra vấn đề. Họ liên lạc với tài xế và cố gắng tìm hiểu bằng được tình hình thực sự xảy ra với xe tải và lô hàng. Cô chỉ nói ngắn gọn với anh Vũ:

- Nhất định cần có dược liệu để sản xuất đủ hàng, cung ứng đúng thời gian cho Dự án. Một mặt anh liên lạc với xe vận chuyển, mặt khác tìm phương án hai, ba… Làm sao để sản xuất phải sẵn sàng.

Mặc cho Vũ đã hết sức cố gắng, họ vẫn không thể liên lạc được với tài xế hoặc nhận được bất kỳ thông tin nào về tình trạng của lô hàng. Vũ nhớ tới một người bạn cùng học thời Trung học, hiện đang làm việc cho một hãng dược mạnh ngang ngửa SaVi, đề nghị vay dược liệu – một đề nghị hy hữu, trước nay chưa từng có. Trong lúc đó, lo lắng về sự an toàn của hàng hóa và tác động tiêu cực có thể gây ra cho dự án mới, cô Khánh Hương quyết định đội vận chuyển của công ty khẩn trương tổ chức một cuộc tìm kiếm và cứu hộ.

Cuộc tìm kiếm và cứu hộ cuối cùng phát hiện ra rằng xe tải chở dược liệu của công ty đã gặp sự cố trên đường, lái xe phải đi cấp cứu ở bệnh viện tuyến huyện. Lô hàng đã được bảo vệ an toàn và sẽ tiếp tục được giao hàng đến đích.

Sau này Vũ được biết, trong khi chờ đợi thông tin báo về, cô Khánh Hương cũng đã liên hệ với các đối tác để thông báo về tình hình và đề xuất các phương án dự phòng. Đồng thời, hai bên cũng cân nhắc các biện pháp khẩn cấp như việc tìm nguồn cung thay thế hoặc tái lập kế hoạch sản xuất để giảm thiểu tác động tiêu cực cho dự án. Vũ học được từ Cô tính quyết đoán, nhanh nhạy, và rất khâm phục khả năng đưa ra cùng lúc nhiều phương án giải quyết vấn đề.

Mặc dù đã trải qua một biến cố không mong muốn, nhưng sự kết hợp giữa tính quyết đoán, cẩn trọng của Khánh Hương với khả năng thích ứng nhanh của đội ngũ đã giúp họ xử lý tình huống rủi ro một cách hiệu quả và đảm bảo tiến độ của dự án cung ứng dược liệu.

Buổi chiều hôm ấy, Khánh Hương ở lại Công ty khá muộn. Vũ cũng chưa về nhà. Anh đánh bạo lại gần Sếp của mình, bày tỏ:

"Chị Hương, tôi phải thừa nhận rằng từ trước đến nay tôi chỉ biết chị là người nghiêm khắc và chỉn chu trong công việc," Vũ bắt đầu nói.

"Vậy à? Có lẽ vì tôi luôn cố gắng giữ sự chuyên nghiệp trong công việc," Khánh Hương trả lời với một nụ cười nhẹ nhàng.

"Nhưng hôm nay, khi làm việc cùng chị, tôi mới nhận ra rằng chị cũng là một người thực sự đáng yêu và gần gũi trong đời thường," Vũ thêm vào với sự chân thành.

"Ồ, anh có nhầm không đấy?" Cô Khánh Hương nhướn cặp mày cong cong kiêu kỳ tỏ ý ngạc nhiên "Cả ngày nay gặp sự cố, tôi la thét chí chóe vậy mà anh còn khen tôi đáng yêu?!"

"Đó chỉ là vỏ ngoài, thưa chị!" – Anh Vũ nói.

Khánh Hương hơi lặng đi một lát, như Vũ vừa chạm tới điều gì mà chị tưởng mình đã giấu kín, nhưng ngay sau đó, chị cảm thấy vui mừng với lời khen và sự nhìn nhận mới từ đồng nghiệp của mình.

"Cảm ơn Vũ. Thật tuyệt vời khi bạn có thể nhìn thấy một phần khác của tôi ngoài công việc. Đôi khi, tôi nghĩ cần thêm chút hòa nhã và gần gũi trong cuộc sống hàng ngày để tạo ra một môi trường làm việc tích cực hơn, ấy thế mà tôi chẳng làm nổi. Anh cứ gọi tôi là bà la sát có khi tôi dễ chấp nhận hơn từ "đáng yêu" đó."

"Chị còn hơn cả đáng yêu. Mong chị chấp nhận điều tôi nói, cho dù hơi liều lĩnh."

Hai người cười cùng nhau, cảm thấy gần gũi và thoải mái hơn trong mối quan hệ làm việc của họ. Sự cố không mong muốn xảy ra hôm ấy, lại là một cơ hội để Vũ nhận ra sự đa chiều của Khánh Hương, và cũng tác động mạnh mẽ, khiến anh thay đổi.

Mỗi tuần, kể từ bây giờ, anh sẽ dành một giờ đến sớm để lặng lẽ đi một mình dưới hàng cây hoa Chăm pa trong khuôn viên Công ty, lặng lẽ chiêm nghiệm về những điều mình thu nhận được qua công việc. Ôn lại những bài học cũ và mới, anh càng cảm nhận sâu hơn một nguồn lực kỳ lạ đang tràn đến trong mình, từ những lời nói, hành động, cách thức xử lý linh hoạt trong mọi tình huống của Cô.

Trong tòa nhà điều hành của Công ty Dược phẩm SaVi, Khánh Hương là hình mẫu của sự nghiêm túc và chuyên nghiệp. Với vai trò là Giám đốc Phòng Kế hoạch - Cung ứng, Cô luôn làm việc với sự chỉn chu và cẩn trọng không ngừng. Mỗi ngày, Cô dành thời gian kiểm soát mọi chi tiết, đảm bảo rằng quy trình làm việc diễn ra một cách hoàn hảo nhất.

Khánh Hương không chỉ là một người quản lý xuất sắc, mà Cô còn là một người hướng dẫn và đào tạo tận tình. Cô luôn quan tâm đến việc phát triển kỹ năng của đội ngũ dưới quyền, giúp họ trở thành những chuyên gia giỏi trong lĩnh vực của mình. Nhờ đó, Phòng Kế hoạch - Cung ứng dần trở thành đơn vị hoạt động ăn ý, tiến lên vững chắc, luôn hoàn thành nhiệm vụ một cách xuất sắc.

Chính vào buổi đến công ty thật sớm, đi lại một mình trong khuôn viên vườn cây, Vũ đã nhận định rằng, trong công việc, Khánh Hương có thể nghiêm khắc và đòi hỏi cao với bản thân và đồng nghiệp. Nhưng ngoài công việc, Cô lại là một người phụ nữ dễ mến, thực sự mong muốn tạo được sự gần gũi và thoải mái với mọi người xung quanh, chỉ có điều thời gian rảnh của Cô quá ít, hoặc thậm chí Cô cảm thấy khó khăn khi thể hiện tình cảm với mọi người xung quanh. Bên cạnh đó, Vũ cũng nhận ra, rằng hiếm có ai có thể tách biệt rõ ràng và minh bạch giữa công việc và tình cảm cá nhân như Khánh Hương. Cô ấy không để ai có thể dùng tình cảm mà che đi khiếm khuyết trong công việc. Và ngược lại, cho dù hôm trước Cô rất giận anh và la rất dữ do anh để chậm tiến độ công việc, nhưng hôm sau, Cô đã quên ngay chuyện đó và cư xử với anh bình thường. Anh tin rằng Cô không bao giờ đánh một dấu đen vào hồ sơ của anh chỉ vì các lỗi anh mắc phải. Cô chỉ căn cứ vào kết quả cuối cùng để đánh giá.

Trong suốt những năm qua, Khánh Hương luôn là một cán bộ xuất sắc hoàn thành nhiệm vụ bằng khả năng tốt nhất của mình. Đặc biệt, trong việc thu mua nguyên phụ liệu, Cô luôn có được nguồn nguyên liệu chất lượng, mua tận gốc, với giá tốt nhất từ các đối tác. Sự cẩn trọng và kiểm soát chặt chẽ của Khánh Hương đã đóng góp không nhỏ vào sự phát triển của công ty.

Bạn đồng hành

Trong nhà máy số 1 thuộc Công ty CP Dược phẩm SaVi, Phúc là Giám đốc đã bảy năm nay. Anh rất tự hào về trách nhiệm cao của từng nhân viên và hiệu quả của công việc. Anh luôn nhủ thầm, đây là ngôi nhà của chính mình, là thể diện của mình, nên mình cần giữ vững tay lái để nhà máy số 1 luôn hoàn thành mọi kế hoạch được giao. Trong công việc hàng ngày của Phúc, người mà anh tự dặn mình cần tiếp xúc một cách cẩn trọng là cô Khánh Hương – Giám đốc phòng Kế hoạch – Cung ứng. Ban đầu, khi tiếp xúc với Cô, anh có cảm giác rằng, với vị nữ lãnh đạo này, thì chỉ có những con số và kế hoạch sản xuất kinh doanh mới là quan trọng. Ngoài những vấn đề đó ra, thì hình như Cô không có một quan tâm nào khác, hoặc không lực hút nào bên ngoài kia có thể hấp dẫn nổi Cô. Cô luôn quyết liệt, đi đến tận cùng nguyên nhân khi phát hiện có lỗi trong công việc. Nhưng Cô không ghét bỏ người gây ra lỗi, mà nghiêm khắc yêu cầu khắc phục, để làm việc chỉn chu hơn, để người đó tự hoàn thiện bản thân.

Cũng như mọi người trong Công ty SaVi, Phúc coi cô Khánh Hương, Giám đốc phòng Kế hoạch - Cung ứng, như một biểu tượng của trí thông minh và sự nhiệt huyết, hết lòng vì con đường phát triển của Công ty. Dường như chẳng bao giờ biết mệt, chẳng bao giờ nghỉ ngơi, Cô không ngừng vận động, tìm kiếm giải pháp để cải thiện quy trình làm việc và tăng cường hiệu suất. Nhưng bên cạnh vẻ nghiêm túc, vô cùng khắt khe trong công việc, Khánh Hương lại khá kín đáo, không để mọi người trong Công ty hiểu một góc tâm hồn, hay đời sống tình cảm của Cô ra sao. Càng tôn trọng và khâm phục Cô, thì dường như câu hỏi về Cô vẫn trở đi trở lại trong Phúc. Tuy vậy, anh cũng ngại không hỏi thẳng Cô, cũng như chẳng hé răng hỏi bất cứ ai trong Công ty.

Thế rồi một ngày, Công ty tổ chức một buổi gặp mặt khai xuân. Những cán bộ quản lý được mời đến nhà riêng của chú Tổng Giám đốc Trần Tựu và Cô để chia sẻ niềm vui và hân hoan chào đón năm mới. Phúc vốn chỉ quen tiếp xúc với cô Khánh Hương trong không khí khô khan của công việc văn phòng, cảm thấy vô cùng tò mò trước chuyến đi này. Anh tự hỏi, liệu Cô sống trong ngôi nhà như thế nào? Cô sẽ nói chuyện gì và nét mặt, giọng nói Cô có giống như khi làm việc tại văn phòng Công ty hay không? Cô ăn uống ra sao và nếp sinh hoạt của Cô trong gia đình thế nào?

Và rồi Phúc rất ngạc nhiên trước sự sang trọng và tinh tế của không gian gia đình cô Khánh Hương. Đó là một biệt thự rộng rãi, thiết kế đơn giản mà hiện đại với từng góc không gian được bài trí thông minh, tiện sử dụng, nằm ở khuôn viên xanh mát bóng cây bên bờ sông Sài Gòn. Khi ấy, mùa xuân, cả vườn mai vàng nở bừng rực rỡ. Hẳn rằng vườn mai này đã được chủ của nó cưng chiều hết mức, nên mới trao tặng cả một mùa vàng lộng lẫy dường này.

Cô Khánh Hương xuất hiện trong bộ váy áo lịch lãm, chào đón mọi người với nụ cười đầy sức sống và sự nồng ấm. Nụ cười của Cô vừa quen vừa lạ, dường như phút chốc khiến cho Phúc thoát hẳn khỏi cảm giác nghiêm cẩn và xa cách mà anh thường thấy khi làm việc cùng Cô. Tại không gian này, Cô không chỉ là người chủ nhà hoàn hảo mà còn là người Chị tuyệt vời, sẵn sàng chia sẻ những khoảnh khắc vui vẻ với mọi người. Cô rót nước, bày bánh kẹo và hoa quả khéo léo mời tất cả. Hương cà phê thơm ấm quyến rũ lưu luyến vấn vít trong không gian phòng khách rộng và thoáng, nhìn ra khu vườn rực ánh mai vàng. Phúc và mọi người trong Công ty ai nấy đều phấn khởi và vui mừng, cảm động trước tình cảm thân thương, sự ân cần, chu đáo của Cô, và bởi cảm giác ấm áp mà họ nhận được từ ánh mắt, nụ cười khác ngày thường của Cô.

Trong lúc vui vẻ ấy, Phúc cũng bạo dạn hỏi cô Khánh Hương về cách bài trí căn nhà: "Cô Khánh Hương ơi, em đang suy nghĩ về cách bài trí lại căn nhà của mình sau khi em được đến nhà Cô hôm nay. Cô chia sẻ cho em bí quyết để làm sao bài trí không gian trong nhà vừa thoáng và lại tiện dụng, đẹp mắt như thế này ạ?"

Cô Khánh Hương mỉm cười: "Nhà chính là một cơ hội tuyệt vời để làm mới không gian sống của chúng ta. Nhà Cô do một kiến trúc sư người Úc thiết kế.

Đầu tiên, Cô nghĩ rằng nên tập trung vào việc tạo ra một không gian thoải mái và ấm cúng. Cô thích sử dụng các màu sắc như xám trắng và nâu ấm, với hai sắc chủ đạo đó, có thể tạo ra một không gian thực sự đẹp mắt."

"Còn âm nhạc thì sao hả Cô? Em nghe thấy bản nhạc của Bach rất tuyệt vời mà chịu không thấy chiếc loa Cô bố trí nơi nào trong phòng? Từ khi ở cầu thang đi lên phòng khách, thậm chí ra đến ngoài vườn, em vẫn nghe tiếng nhạc réo rắt, nâng bổng tâm trạng lên. Âm nhạc là một phần quan trọng của cuộc sống của chúng ta, em nghĩ vậy đúng không Cô? Làm thế nào mà Cô tạo nên cả một không gian để thưởng thức âm nhạc như vậy? Cô bố trí dàn âm thanh như thế nào ạ?"

Khánh Hương quay mặt về phía Tổng Giám đốc Trần Tựu, mỉm cười vui vẻ: "Về âm nhạc thì Chú mới là chuyên gia. Tất cả về âm nhạc, thiết kế âm thanh, thiết bị là do Chú nghiên cứu ra đó. Đúng vậy, âm nhạc giúp tâm hồn bay bổng, kích thích sáng tạo vượt qua mọi giới hạn, tạo ra một bầu không khí rất dễ chịu…"

Phúc phấn khởi nói: "Ý tưởng của Cô và Chú trong thiết kế không gian sống thật tuyệt vời! Em có học cả đời chắc cũng khó mà áp dụng đúng được như thế này, nhưng những gì quan sát được ở nhà Cô, Chú hôm nay giúp ích cho em rất nhiều trong ý tưởng thiết kế lại ngôi nhà của mình. Em tin rằng việc thực hiện những điều đó sẽ khiến căn nhà của em trở nên thật đặc biệt và ấm áp hơn."

Cô Khánh Hương đột nhiên bảo: "Nếu Phúc thực sự muốn thiết kế lại nhà và cần gì ở Cô, có thể Cô sẽ giúp được. Đó sẽ là một trải nghiệm thú vị đấy."

Hai người cười vui vẻ. Phúc cảm nhận sự quan tâm thực sự của Cô khi anh nói về việc thiết kế lại nhà. Trong buổi tiệc nhẹ tại nhà Cô hôm ấy, Phúc mới hiểu rõ sự dịu dàng nữ tính và đầy sức sống của cô Khánh Hương, điều mà anh không thấy được ở nơi công sở. Cả Cô và Chú đều rất thân mật, ấm áp chia sẻ những câu chuyện nhẹ nhàng, tạo nên không khí vui tươi và gần gũi. Anh thấy rằng, Cô là người phụ nữ thật sự tinh tế, nồng ấm, vui vẻ, tình cảm, dễ gần dễ mến. Dường như đó mới là con người thật của Cô.

Kể từ đó, Phúc có cảm nhận chính xác và hiểu rõ hơn về Khánh Hương - một người phụ nữ không chỉ thông minh và năng động trong công việc mà còn bí ẩn toát lên tính cách ấm áp và chu đáo trong cuộc sống cá nhân. Ở nơi làm việc, tuy Cô vẫn sát sạt từng giây phút với mọi chi tiết và vẫn la lớn khi nóng giận, nhưng kỳ lạ thay, Phúc vẫn cảm nhận được hơi ấm từ căn phòng khách nhà Cô hôm ấy hơn là sự căng thẳng trong công việc, và mối quan hệ của họ không chỉ dừng lại ở mức đồng nghiệp mà còn là của những người bạn đồng hành đích thực. Phúc thấy có thể tin tưởng vào Cô, sẵn sàng thể hiện điểm yếu của mình lúc cần, vì anh biết, Cô sẽ không bỏ rơi, sẽ không chùn bước và sẽ luôn hỗ trợ anh vượt qua khó khăn và thất bại tạm thời.

Hào hiệp và cô đơn

Tiếng chuông báo hiệu giờ nghỉ trưa vang lên trong phòng làm việc, cử nhân Vũ Khánh Hương nhìn ra khung cửa sổ, ngắm nhìn những tia nắng mặt trời chiếu lấp lánh trên lá cây sala xanh mướt. Một thoáng bình yên lan tỏa trong tâm trí Cô, nhưng trên gương mặt Cô không biểu hiện xúc cảm đó, Cô cũng đang gắng xua tan đi những lo lắng ám ảnh về sức khỏe của chính mình. Như mặt nước hồ ngày lặng gió, Cô luôn muốn mình được vậy.

Ở phía bàn đối diện, chị Thu, đồng nghiệp của cô Khánh Hương, đang bắt đầu đứng lên thu dọn bàn làm việc để xuống nhà bếp dùng bữa trưa như thường lệ. Trước khi rời bàn, chị Thu nhìn Cô với ánh mắt ấm áp:

- Em xin phép Cô cho em đi ăn trưa ạ.
- Ừ, ngon miệng nhé Thu – Cô Khánh Hương rời mắt khỏi tán cây sala ngoài cửa sổ, nhìn Thu cười nhẹ.
- Em cảm ơn Cô. Cô cũng nghỉ đi ăn trưa với Chú ạ.
- Đúng rồi, Cô sang nhắc Chú đi ăn trưa đây, không thì Chú lại mải việc quá bữa mất! – Cô Khánh Hương đứng lên, thu dọn bàn làm việc của mình với những động tác nhanh nhẹn,

chuẩn xác. Cô đã luyện thành thục sao cho không mất quá một phút cho việc này.

Thu biết, Cô sẽ ăn trưa với Chú Tổng giám đốc trong phòng Phục vụ nhỏ ngay trên tầng hai này. Chị Trinh, cấp dưỡng từng có lần kể với Thu rằng, Cô và Chú ăn uống khá giản dị, thường là ăn cơm trắng với món cá hấp, chiên, và rau luộc. Sau đó, họ tráng miệng bằng đu đủ, hoặc xoài, dưa hấu... Chú và Cô hầu như không bao giờ đụng vào một giọt rượu bia nào, cũng không ăn đồ tráng miệng lạnh như món kem, nước ép quả có đá. Kể cả khi tiếp khách quan trọng, thì họ cũng không phá vỡ nguyên tắc "không đồ uống có cồn, không dùng đồ lạnh".

***

Hơn mười năm trước, khi chị Thu mới gia nhập công ty, chị là một cô gái trẻ non nớt, đầy lo lắng và sợ hãi. Khi được tuyển dụng vào Công ty, ký hợp đồng thử việc hai tháng, Thu làm trong bộ phận tư liệu của Phòng Kế hoạch – Cung ứng. Vì là nhân viên thử việc, nên Thu không được trực tiếp cô Khánh Hương giao việc. Vậy mà mỗi lần nhìn thấy Cô đi vào phòng làm việc, là Thu lại run như giẽ. Không biết từ Cô tỏa ra thứ uy lực gì, mà làm người khác luôn chênh chao lo sợ. Hầu như nhân viên nào trong phòng cũng từng bị Cô la rất dữ. Những lúc như vậy, Thu chỉ muốn mình thu nhỏ lại như một hạt cát để Cô không nhìn thấy mình.

Trước cổng nhà máy, Thu thường cảm thấy muốn quay xe về nhà ngay lập tức, chị lo mình sẽ mắc lỗi, sẽ bị Cô la trước mặt mọi người, nhưng bằng sự kiên nhẫn và dũng cảm, chị đã vượt qua được nỗi sợ đó hết ngày này qua ngày khác. Qua hai tháng thử việc, Thu được cô Khánh Hương trực tiếp phỏng vấn để quyết định có nhận chị vào làm việc chính thức hay không. Trước ngày đó, Thu sợ muốn chết.

Thu đi đi lại lại trong phòng như bị ma làm, tâm trí rối bời. Chị tự đấu tranh tư tưởng, cứ như có quân xanh quân đỏ trong đầu. Quân xanh thì động viên chị tìm đọc những câu chuyện về lòng can đảm, để chị có thể vượt qua nỗi sợ mà đi phỏng vấn vào hôm sau, quân đỏ thì nhủ chị buông xuôi, quay đầu, đi tìm việc làm chỗ khác, có thể sẽ đỡ áp lực hơn. Chị ước gì có ai đó lựa chọn giúp chị, để chị có thể thoát khỏi mớ bòng bong này. Có lẽ việc đi thi đại học cũng không khiến cho Thu cảm thấy căng thẳng như khi phỏng vấn nhận việc chính thức.

Mở tủ lạnh lấy ra nhiều đá, rót một ly nước to, rồi ngồi xuống uống từng ngụm nhỏ, Thu mong mình bình tĩnh hơn. Chị hình dung cô Khánh Hương mỉm cười với chị. Thực ra, nếu như bỏ qua những nỗi ám ảnh về Cô, thì Cô ấy là một phụ nữ rất xinh đẹp, ăn mặc thời trang, sành điệu, lại giỏi ngoại ngữ đến kỳ lạ. Thực tâm, Thu cũng ước sao mình có thể được như Cô, hoặc được một phần của Cô thôi cũng tự hào lắm rồi.

Chính lúc ấy, Thu chợt tỉnh ra. Nếu chị đã coi Cô như một hình mẫu để hướng tới, thì tại sao lại sợ? Chị cần ở gần Cô, làm việc cùng Cô để học những điều chị muốn. Hình như chị đã đọc ở đâu đó rằng, không nên tập trung vào nỗi sợ, chỉ tập trung vào mục tiêu. Có như vậy, nỗi sợ sẽ không chặn bước tiến của mình, mà dần dần sẽ biến mất. Cần dịch chuyển nỗi sợ thành khát khao tiến lên đỉnh cao của chính mình.

Vậy là Thu đã có quyết định cuối cùng. Chị đi ngủ sớm để hôm sau có thể tỉnh táo mà vượt qua những thử thách của cuộc phỏng vấn tuyển dụng vào làm chính thức tại SaVipharm, do chính cô Khánh Hương phỏng vấn. Xác định tư tưởng rõ ràng thế rồi, mà Thu vẫn trằn trọc khó vào giấc.

Sáng hôm sau, Thu đến công ty rất sớm. Chẳng hiểu sao, chị lại nói với anh Hữu – Trưởng phòng Tổ chức - hành chính như thế này:

- Anh ơi, em nghĩ lại rồi. Em xin nghỉ ạ. Em không vào phỏng vấn với Cô nữa đâu!
- Ồ, sao lại thế được! Cô đã cho chuẩn bị phỏng vấn em ở phòng họp nhỏ rồi đó. Không thoái thác nữa. Vào đó ngay đi!

Thu đành đi vào phòng họp nhỏ. Cô Khánh Hương đã vào đó trước chị. Cô mặc tấm áo sơ mi nền trắng, điểm những cánh hoa hồng rực rỡ. Cô nở nụ cười tươi tắn với chị, nhưng thật kỳ lạ, thứ uy lực vô hình toát ra từ Cô vẫn khiến chị run sợ.

- Thưa Cô, em xin lỗi Cô, nhưng Cô cho em nghỉ nhé ạ.
- Tại sao lại nghỉ? – Cô Khánh Hương nhướn cặp mày thanh mảnh, hỏi chị - Em đã vượt qua hai tháng thử việc, có kết quả tốt rồi, lại muốn nghỉ ư? Em nói thật cho Cô xem vì lý do gì?
- Dạ, vì, vì… em sợ Cô ạ, em sợ khả năng của mình không đáp ứng nổi yêu cầu cao của Cô, thì Cô sẽ la em. Em sẽ không chịu nổi!
- Ồ, cái con bé này, hóa ra vì sợ Cô mà nghỉ việc ư? – Cô Khánh Hương bật cười – Tuy Cô "hổ báo" như vậy nhưng không ác đến nỗi "ăn thịt" em đâu. Em đừng bỏ phí cơ hội này, cho mình được thử thách tiếp đi. Cô tin là em sẽ không phải hối tiếc.

Và nụ cười của Cô đã thuyết phục được Thu, khiến chị một lần nữa vượt qua nỗi sợ. Sau này, chẳng ngờ chính Thu cũng bị lây cái tính cách "hổ báo" của Cô lúc nào chẳng hay. Và khi thấy có lần Thu làm việc quyết liệt với một nhà cung ứng nguyên liệu, Cô đã gọi Thu lại góp ý:

- Em làm việc tốt lắm, nhưng đừng học cái tính chanh chua ghê gớm của Cô nhé. Cái tính ấy không tốt gì đâu. Cô biết mình sắc quá, khiến mọi người xung quanh e ngại, Cô muốn sửa mà không được. Vì thế em đừng như Cô nhé. Chớ cứng nhắc quá!

Thu mềm lòng trước lời nhắc nhở của cô Khánh Hương. Hóa ra "người đàn bà thép" ấy cũng quá biết mình biết người, cũng biết điểm mạnh nhất lại có khi là điểm yếu nhất... Nhưng thật cảm động khi Cô lại không muốn Thu phải chao chát quyết liệt, mà thực tâm mong Thu được mọi người yêu quý.

"Nếu em đã vượt qua nỗi sợ, thì đừng trở thành nỗi sợ của người khác" – đó là một trong những tâm ngôn quý giá mà Thu có được từ người Sếp nữ, đồng thời là người Thầy của mình. Cô ấy trong công việc và ứng xử với đồng nghiệp, còn hào hiệp lạ lùng. Không quản ngại va chạm, cũng như thời gian và đầu tư công sức dạy dỗ nhân viên, cô Khánh Hương đã trang bị cho tất cả nhân viên của phòng Kế hoạch – Cung ứng, cũng như những ai được làm việc với cô, một hành trang tiến thân vững vàng, một phong cách làm việc chuyên nghiệp, hiện đại mà vẫn vô cùng tỉ mỉ, cẩn trọng và cần mẫn.

Một sự lạ nữa mà chị Thu học được ở Cô, đó là giá trị của cô đơn. Xem ra có vẻ mâu thuẫn, nhưng bên cạnh việc khuyến khích mọi người trong phòng đoàn kết, yêu thương và gần gũi nhau, thì Cô lại âm thầm bảo vệ và nuôi dưỡng sự cô đơn của chính mình. Được làm việc mười bốn năm cùng Cô, dần dần, Thu đã hiểu ra triết lý sâu thẳm của phẩm chất này, không dễ ai nắm bắt được và chịu đựng được. Làm sao để hòa đồng được với tất cả nhưng không để bị hòa tan bởi tất cả? Làm sao để cái Tôi tinh khiết không bị bản ngã đánh gục? Đó là nghệ thuật sống ở tầm cao lắm rồi...

Nhà quản lý sắc bén

Dưới ánh nắng ấm áp của buổi sớm mai trong trẻo rọi qua cửa chính văn phòng Trung tâm phân phối SaVipharm, một cô gái trẻ tên Huyền đang chăm chú nhìn vào màn hình máy tính, dường như không biết đến sự xuất hiện của người khách mới mẻ mà lặng thinh kia. Ánh nắng dỗi hờn sượt qua mái tóc óng trẻ trung ấy rồi trườn lên bức tường trắng muốt sau lưng cô gái. Huyền đang mải tìm thông tin về một cơ sở khám chữa bệnh uy tín ở vùng cao khó khăn theo chỉ đạo của Cô Khánh Hương – Giám đốc phòng Kế hoạch – Cung ứng, để xử lý một vấn đề vừa phát hiện trong Tổng kho.

Huyền tuy trẻ tuổi, vẻ mặt hiền lành, giọng nói ấm áp, nhưng bản chất lại là một phụ nữ mạnh mẽ và độc lập, một chuyên gia trong lĩnh vực quản lý và xử lý các vấn đề chuyên môn phân phối dược phẩm. Chính vì hướng tới sự phát triển bản thân không ngừng, nên Huyền luôn muốn quan sát bất kỳ hành động nhỏ nào của Cô Khánh Hương để học hỏi, rút ra kinh nghiệm quý cho mình. Sự sắc bén trong các quyết định của Cô Khánh Hương luôn làm Huyền thích thú, tâm đắc.

Từ khi còn nhỏ, Huyền đã có niềm đam mê với ngành dược phẩm và mong muốn mang lại sự chăm sóc sức khỏe tốt nhất cho cộng đồng. Với sự sâu sắc hiếm thấy ở một người trẻ tuổi như cô, và tư duy quản lý hiện đại, cô đã biến công việc của mình tại Trung tâm phân phối SaVipharm thành một chuyến hành trình khám phá đầy thú vị trong vấn đề chủ động bảo vệ sức khỏe và thuốc phòng chữa bệnh cho cộng đồng.

Một ngày nọ, khi kiểm tra hàng hóa trong Tổng kho, Huyền phát hiện một số loại thuốc đã gần hết hạn sử dụng. Đây là một thách thức lớn đối với cô, vì việc xử lý các loại thuốc gần hết hạn sử dụng không chỉ là vấn đề về an toàn mà còn đòi hỏi sự quan tâm đến vấn đề đạo đức và môi trường.

Huyền nhớ đến những bài học mà cô đã học từ một người đàn bà quyền lực và tài năng, Cô Khánh Hương. Cô ấy luôn biết cách xử lý vấn đề một cách chuyên nghiệp và sắc bén trong công việc, hơn nữa còn biết cách đối nhân xử thế và giao tiếp hiệu quả nhất trong cuộc sống hàng ngày, không bị lề thói quen cũ trói buộc, không bị điều khiển bởi đám đông.

Huyền quyết định sẽ sử dụng sự thông thái và kiến thức của mình để giải quyết vấn đề này một cách hiệu quả nhất. Thay vì lo lắng và vội vã tìm phương án trình lên cấp trên việc loại bỏ các lô thuốc này, cô bắt đầu nghiên cứu các phương pháp sử dụng chúng hữu ích nhất, bao gồm việc cấp phát miễn phí cho dân nghèo bị bệnh, đang cần thuốc mà không có điều kiện mua hoặc được cấp thuốc. Cô cũng mạnh dạn chia sẻ với Cô Khánh Hương về giải pháp mình vừa nghĩ ra. Cô Khánh Hương sau khi nghiêm mặt yêu cầu Huyền cần có báo cáo chi tiết để rút kinh nghiệm, thì đã cho phép Huyền ưu tiên giải quyết xử lý thuốc trước.

Bằng cách hợp tác với các tổ chức phi lợi nhuận và cùng nhau tìm ra các giải pháp sáng tạo, Huyền đã thành công trong việc xử lý các loại thuốc gần hết hạn sử dụng một cách hiệu quả và đạo đức. Nhiều người dân đau bệnh ở vùng cao khó khăn đã vui mừng nhận được thuốc và sử dụng ngay trong khi còn thời hạn và tác dụng. Huyền thở phào nhẹ nhõm, cô đã không chỉ giữ được uy tín, quảng bá thêm cho thương hiệu Công ty, mà còn góp phần vào việc bảo vệ môi trường và sức khỏe cộng đồng. Tất nhiên, sau đó, Huyền cũng đã nghiêm túc rút kinh nghiệm và gửi đến Cô Khánh Hương bản báo cáo minh bạch và đầy tính khoa học về sự việc xẩy ra.

Như vậy, Huyền đã thể hiện sự mạnh mẽ, tự tin và độc lập của một người phụ nữ hiện đại, cùng với sự chuyên nghiệp và sắc bén trong lãnh đạo và công việc chuyên môn, gần được giống như người Lãnh đạo nữ mà cô coi như hình mẫu phấn đấu của mình, Cô Khánh Hương.

Khác với một số người trong Công ty, thường ngại tiếp xúc với Cô Khánh Hương vì cho rằng Cô quá khó tính và hay la lối, hay bắt lỗi của nhân viên, thì Huyền lại đi săn cơ hội để tiếp xúc với Cô Khánh Hương nhiều hơn. Huyền cho rằng, mỗi lần tiếp xúc, là cô được nhận ở người Sếp nữ ấy những giá trị đặc biệt.

Trong mắt Huyền, Cô Khánh Hương hội đủ phẩm chất một người phụ nữ mạnh mẽ, hành động tự tin độc lập. Cô làm việc có tính chuyên nghiệp cao, có tư duy quản lý hiện đại, tư duy phản biện sắc bén trong mọi vấn đề. Mỗi khi có sự cố xảy ra, thì rất lạ là Cô Khánh Hương đều thấy giải pháp từ chính vấn đề đó. Đối với Cô, điều quan trọng vấn đề là gì chứ không phải con người gây ra vấn đề cần phải bị xử lý như thế nào. Cô Khánh Hương là hình mẫu của một người phụ nữ thế kỷ 21 với tiêu chuẩn **ba chữ N: Ngoại hình, Ngoại ngữ, Ngoại giao**. Cô Khánh Hương vừa xinh đẹp, lại giỏi tiếng Anh và ngoại giao tốt. Cô là một người chủ Công ty, đồng thời là một người quản lý sắc bén. Cô rất nghiêm khắc và không bao giờ thỏa hiệp với sự thiếu trách nhiệm trong công việc của bất cứ cán bộ nhân viên nào, nhưng mặt khác, Cô vẫn biết cách đồng hành chia sẻ, giúp cho cán bộ dưới quyền và nhân viên học hỏi được cách quản lý sắc bén của Cô. Mặc dù thời gian tiếp xúc với Cô Khánh Hương không nhiều trong đời sống ngoài công việc, thì Huyền vẫn có thể cảm nhận, rằng Cô rất cởi mở, vui vẻ hòa đồng. Cô ấy có thể thoải mái tham gia hoạt động với tất cả mọi người, vui tươi từ bên trong với nụ cười rạng rỡ. Huyền rất thích ngắm nụ cười xinh đẹp nở trên môi Cô Khánh Hương mỗi lần gặp Cô trong Lễ tổng kết cuối năm của Công ty. Dường như Cô cởi bỏ tất cả những rào chắn và gần gũi với mọi người, lúc ấy trông Cô rất đáng yêu và rất dễ gần.

Mỗi khi Cô la mắng nhân viên, từ ngữ của Cô có khả năng sát thương cao. Nhưng với kinh nghiệm của Huyền, thì vấn đề là dùng cách ấy, Cô sẽ lưu dấu ấn mạnh mẽ về mặt tâm lý, thúc đẩy nhân viên đủ sức mạnh vượt qua giới hạn của chính mình. Những góp ý của Cô Khánh Hương giúp cho mọi người có được những kinh nghiệm quý giá và biết cách sửa chữa những sai trái hoặc lỗi lầm trong công việc, cởi bỏ cảm xúc để tìm ra giải pháp. Điều quan trọng trong phương pháp đặc thù ở đây là bằng cách tạo áp lực, Cô rèn cho mọi người thói quen cốt lõi - đi đến tận cùng của mọi việc, giải quyết tận cùng mọi vấn đề. Những lúc dầu sôi lửa bỏng chính là lò luyện vàng trắng. Áp lực được dịch chuyển thành Động lực. Dù cho sóng gió đến đâu và phải trải qua nhiều sai lầm, phải sửa chữa liên tục và kinh qua những va chạm đau đớn, mà trong đội ngũ vẫn không ai bỏ cuộc, và kết quả của phòng Kế hoạch - Cung ứng luôn đạt cao nhất, mọi việc cuối cùng đều được xử lý trơn tru, đó phần lớn do cách lãnh đạo khoa học, sắc bén, hiện đại của Cô Khánh Hương.

Khánh Hương không phải là một nhà quản lý mà ta cảm thấy dễ dàng khi làm việc cùng Cô, nhưng với mỗi nhân viên của mình, Cô là một người thầy, người cố vấn tận tâm và ấm áp. Hơn nữa, Cô Khánh Hương không đơn thuần chỉ là một người quản lý hay một nhà lãnh đạo, mà Cô là một bậc thầy trong việc hiểu và tận dụng sức mạnh của con người. Với phong cách lãnh đạo khác biệt, ngoài việc đưa ra chỉ thị và quản lý kỷ luật, thực hiện trách nhiệm trọn vẹn trong nghề Dược, Cô biết cách huấn luyện, thúc đẩy sự phát triển và tự chủ của mỗi cá nhân trong đội ngũ của mình.

Khánh Hương hiểu rằng để đạt được kết quả tối ưu, không chỉ cần có kiến thức chuyên môn mà còn cần có sự đồng cảm và tâm huyết. Trái với suy đoán của nhiều người, Cô không bao giờ coi thường những ý kiến đóng góp từ những người dưới quyền, mà luôn tạo điều kiện cho họ để phát triển và thể hiện bản thân.

Một trong những triết lý quan trọng nhất mà Khánh Hương truyền đạt là sự quan trọng của việc tận dụng áp lực để thúc đẩy sự tiến bộ cá nhân và tổ chức. Cô biết rằng chỉ khi đối mặt với áp lực, con người mới có thể vượt qua những giới hạn của bản thân và đạt được những thành tựu lớn lao hơn.

Không chỉ là một nhà quản lý trong công việc, Khánh Hương còn là một người bạn đồng hành, một người thầy và người cố vấn tận tâm trong cuộc sống. Cô luôn sẵn lòng lắng nghe và chia sẻ, tạo điều kiện cho mọi người xung quanh cảm thấy được quý trọng và được động viên. Nhưng không phải ai cũng nhận ra phẩm chất quý giá này của Cô, chỉ những ai dám vượt qua nỗi sợ để tiếp cận Cô một cách thẳng thắn nhất, thì mới hiểu và được Cô trao gửi.

Với Khánh Hương, sự thành công không chỉ đo lường bằng thành tích công việc mà còn đo lường bằng sự phát triển và khám phá tiềm năng ẩn kín của mỗi cá nhân trong đội ngũ của mình. Đó chính là triết lý lãnh đạo sâu sắc và tinh tế mà Cô đã xây dựng và duy trì qua thời gian, và đó cũng là lý do vì sao Cô là một người quản lý xuất sắc và được nhiều người trong Công ty kính trọng và ngưỡng mộ.

Người phụ nữ giàu tình cảm

Đó là năm 2013, Trinh vào SaVipharm làm việc. Chị được tuyển vào làm công việc cấp dưỡng, chuyên phục vụ lãnh đạo cao nhất của Công ty, đó là Chú Tổng Giám đốc Trần Tựu và phu nhân của Chú - Cử nhân Khánh Hương - Giám đốc Phòng Kế hoạch - cung ứng.

Với công việc nấu ăn phục vụ cho các sếp, nên chị Trinh được trực tiếp tiếp xúc với hai vị lãnh đạo cấp cao nhất Công ty, mà tất cả mọi người kính nể. Vốn nghe danh tiếng Cô Khánh Hương và Chú Tổng Giám đốc qua một số người, nên ban đầu chị hơi sợ. Chị không biết mình phải ăn mặc, nói năng, cư xử thế nào cho phải phép. Quen với lối sống dễ dãi, thoải mái bình dân, nay bước vào một công ty lớn, lại tiếp xúc với lãnh đạo cấp cao, thì những cư xử bình dân mà Trinh đã quen, có khi lại thành vô lễ nghĩa. Đầu óc chị cứ quay mòng mòng với những lo lắng như vậy.

Khi Cô Khánh Hương hẹn gặp phỏng vấn chị Trinh vào lúc 13 giờ chiều, chị Trinh chọn mặc một áo sơ-mi nhạt màu, gắng không dùng màu chói lọi hoặc trầm quá. Cô nhìn chị thoáng một lát chẳng nói gì. Chị chào Cô rồi lặng đi trước vẻ đẹp cao sang kỳ lạ của Cô. Cô Khánh Hương mời chị ngồi, uống nước rồi hỏi chị về kinh nghiệm làm việc. Dù đã chuẩn bị rất kỹ, nhưng không hiểu sao chị vẫn trình bày với Cô chẳng gẫy gọn như chị muốn. Khi nói, sống lưng chị toát mồ hôi, thế rồi chị chẳng nhớ ra điều gì thêm nữa, nên lúng túng ngồi im, hai bàn tay đan vào nhau.

Cô Khánh Hương nhìn chị với ánh mắt khuyến khích, rồi bảo:

-Trước kia em làm thế nào chị không biết, nhưng khi về SaVipharm làm việc, thì em phải sắp xếp công việc nhà thật gọn để làm tốt công việc ở công ty.

Cô Khánh Hương chỉ nói ngắn và rõ ràng như thế rồi đồng ý nhận Trinh vào làm việc. Bước ra khỏi phòng phỏng vấn, Trinh thở phào nhẹ nhõm, lấy giấy ăn lau mồ hôi trán. Chị từng nghe mọi người kể rằng tính Cô dữ dội lắm, nhưng qua cảm nhận từ buổi phỏng vấn, thì chị thấy Cô đâu có quá khó như chị tưởng tượng. Chị tự nhủ mình sẽ cố gắng để làm vừa lòng Cô và Chú Tổng Giám đốc. Hai người đã có công lao xây dựng nên một doanh nghiệp lớn và vững vàng như thế này, thì mình làm việc nhỏ là nấu các món ăn phục vụ Cô và Chú, cũng phải thật chuẩn chỉnh, chu đáo. Cái khó của chị là chưa biết khẩu vị của Cô, Chú thế nào. Bởi Cô và Chú là người miền Bắc, hẳn rằng cầu kỳ trong phong cách ẩm thực, trong khi chị lại là người miền Nam, chưa từng thử nấu món Bắc bao giờ.

Chưa biết thì học hỏi, mà phải rất gấp. Một mặt, chị Trinh tìm kiếm tài liệu về món ăn miền Bắc, nghệ thuật nấu món Bắc qua sách vở, qua internet. Mặt khác, chị liều lĩnh xin gặp Cô để hỏi xem Cô muốn thực đơn như thế nào. Cử nhân Khánh Hương đã gợi ý cho chị Trinh lên danh sách thực đơn thay đổi mỗi ngày cho cả tuần, chủ đạo vẫn là món cá và các loại rau, củ, thêm một số loại quả tráng miệng ưa thích. Cô cũng đưa cho chị danh sách một số nơi cung cấp thực phẩm chất lượng và an toàn. Cô dặn chị cần ghi chép tỉ mỉ vào sổ tay những thông tin mà Cô chuyển cho chị. Nhưng Cô cũng lưu ý rằng, chị cần tìm hiểu thêm các cách chế biến món khác sao cho chất lượng và ngon miệng, tránh dùng dầu mỡ và đồ nướng, đồ lạnh, tuyệt đối không nấu ngọt theo kiểu miền Nam. Cô cũng cho phép chị tìm hiểu thêm thực phẩm tốt hơn nếu có từ các nhà cung cấp khác. Qua việc này, chị Trinh học được ở Cô tính cẩn trọng, tỉ mỉ, không bỏ sót chi tiết dù nhỏ.

Sau một thời gian, nhận thấy chị Trinh khá chăm chỉ, tuân thủ kỷ luật tốt, kỹ thuật nấu ăn cũng khá lên, Cô Khánh Hương đã giao thêm việc cho chị. Cô muốn chị nhận thêm việc nhà cho Cô. Do quá bận việc Công ty nên Cô Khánh Hương không chủ trương tự nấu nướng ở nhà. Như vậy, nhận thêm việc nhà cho Cô nghĩa là chị Trinh sẽ đảm nhiệm nấu ăn cho gia đình Cô và Chú bữa tối, lo bữa sáng cho cả con trai Cô, Chú đang tuổi đi học. Khi nghe Cô giao việc, chị Trinh cảm thấy rất khó khăn vì khi ấy con chị cũng còn nhỏ. Chị băn khoăn bày tỏ với Cô, Cô đã lập tức ngồi xuống, giảng giải kỹ càng cho chị cách sắp xếp lại việc nhà của chị để đảm bảo được công việc mới. Chị nghe theo Cô, thế rồi mọi việc cũng được thu xếp ổn thỏa.

Nào ngờ, khi qua nhà Cô, Chú làm thêm việc, chị Trinh mới vỡ lẽ ra nhiều điều và thầm biết ơn Cô đã tạo điều kiện cho chị được làm, được học hỏi bao điều mới. Khi làm việc ở nhà Cô, chị học thêm được lễ nghĩa của người Bắc, triết lý sống sâu sắc qua những lễ nghĩa này, mà trước đây chị đâu có hay. Cô cũng chỉ dạy thêm cho chị kỹ thuật nấu nướng những món ăn Bắc, sao cho Bà (Mẹ đẻ Cô) có thể ngon miệng. Chị cũng được tiếp xúc với hai cậu con trai dễ thương của Cô, Chú. Tấm lòng người Mẹ dễ rung cảm, chị Trinh thương hai cậu bé như con mình, càng cảm phục sự hy sinh, đức độ của Cô và Chú, đã dành hết tâm sức để phát triển Công ty, nhiều khi quên đi hạnh phúc riêng của chính mình. Chị tự hứa sẽ gắn bó dài lâu, khăng khít với gia đình Cô, sao cho Cô và Chú an tâm tập trung thời gian phát triển Công ty tốt nhất.

Như vậy không phải không có những lúc chị làm việc không vừa ý Cô. Có những món chị nấu không hợp khẩu vị, thì Cô quát rất dữ. Tính Cô nóng nảy, chị đã biết. Khi Cô quát, chị cũng sợ lắm, nhưng nhờ cái nóng tính của Cô mà chị học hỏi được nhiều và nhanh hơn. Cô càng nói nhiều thì chị càng học hỏi được thêm.

Càng gắn bó lâu dài với Cô và Chú, thì chị càng nhận ra họ là người rất giàu tình cảm. Lần đó, khi má chị bị bệnh, chị nhắn tin tới Cô xin nghỉ mấy ngày. Nào ngờ Cô nhắn tin lại ngay cho chị, hỏi thăm rất tỉ mỉ: "Má em bệnh gì, Cô có giúp gì được cho em không? Nếu em cần thì Cô giới thiệu bác sĩ và bệnh viện tốt cho em." Thời gian đó, khi má chị bệnh rồi thời gian sau thì qua đời, Cô rất quan tâm và tình cảm, gửi quà biếu má và hỗ trợ nhiều cho chị. Khi má chị mất, Cô cũng gửi vòng hoa và còn giúp đỡ thêm cho chị rất nhiều. Hơn ai hết, chị hiểu Cô rất nóng tính, nhưng chỉ trong công việc, còn ngoài công việc ra thì Cô là người tình cảm. Mỗi khi bực mình thì Cô la ào ào nhưng sau đó Cô lại sẵn sàng dành thời gian quý báu của Cô để chỉ dạy cho mình cốt sao mình tiến bộ. Cô cũng có lần tự nhận, Cô là người nóng tính khi đã bực thì phải nói ra bằng hết, nhưng không để bụng với ai.

Chị Trinh nhớ nhất một lần, Cô lại gần và nói với chị rằng: "Em biết tính Cô hay la. Nếu có gì không phải thì em cũng hãy bỏ qua cho Cô." Nghe Cô nói thế mà Trinh nghẹn ngào. Sao Cô phải nghĩ như thế cho bận lòng, Cô đã có biết bao việc phải lo cho công ty, cho nồi cơm của hàng trăm gia đình người làm việc, rồi còn đối nội, đối ngoại... Được Cô la lại là một điều may đối với Trinh ấy chứ. Đó là lúc Cô dạy bảo cho Trinh, để chị tiếp thu được những kiến thức quý mà tiến bộ. Trinh biết ơn Cô còn chưa hết, làm sao mà Cô phải băn khoăn. Đến bây giờ, chị còn mong được nghe tiếng la quen thuộc của Cô mà chẳng thấy nữa.

Khi thấy cô bị bệnh, Trinh rất lo, hàng ngày chị niệm Phật cầu cho Cô bình an. Mỗi khi cầu Phật, lòng hướng về Cô, trong chị trào lên tình cảm, thấy nhớ thương Cô quá. Giờ đây khi Cô bị bệnh, không nghe thấy tiếng la của Cô nữa chị cảm thấy rất buồn và không an tâm. Chị đến thăm Cô, rơm rớm nước mắt, nói mong Cô sớm khỏe trở về. Cô gượng cười, nói: "Mong tôi về làm gì, để tôi lại chí chóe ầm lên à. Không thấy áp lực hay sao?" Thực sự Trinh chỉ mong Cô khỏe để trở về, để chị lại nghe được tiếng la mắng của Cô vang lên đâu đó tại Công ty hay trong nhà. Cô có la mắng thì chị mới biết đường mà làm chứ. Thực tâm, chị luôn biết ơn Cô và Chú. Cho nên chị luôn tâm niệm làm hết khả năng của mình để phục vụ công việc Cô giao. Chị nghĩ, gia đình mình có chén cơm là nhờ Cô, Chú; mình có được bài học bổ ích mỗi ngày qua đi cũng là nhờ Cô, Chú. Tinh thần được nâng cao, cuộc sống thay đổi mỗi ngày là nhờ Cô, Chú. Lòng biết ơn Cô, Chú nhiều không lời nào tả xiết. Giờ đây, không có Cô bên cạnh thì Trinh phải tự lo, chị phải ráng suy nghĩ làm thế nào cho tốt nhất công việc được giao. Nhưng làm xong rồi, chẳng có Cô ở đây để chị biết rằng chị đã làm thực sự tốt chưa, thế nên xong việc mà Trinh vẫn chẳng hết lo. Sự thiếu vắng bóng

Cô khiến chị dày thêm nỗi lo và thương nhớ Cô. Chị rất mong Cô khỏe lại để trở về.

Chị nhớ Cô không chỉ ở sự giàu tình cảm và đồng cảm giữa hai người, mà còn vì cái nghĩa mà chị chưa thể nào trả được Cô. Sự quan tâm và chăm sóc từ phía Cô ngược lại cho chị, mãi đến giờ chị mới thấm được. Dù có những lúc Cô không vừa ý, nhưng mỗi lần đó lại là cơ hội để họ hiểu biết và tôn trọng lẫn nhau nhiều hơn. Cô Khánh Hương không chỉ là một người chủ doanh nghiệp nơi Trinh tình nguyện gắn bó, mà còn là một người bạn đồng hành đáng tin cậy trong cuộc sống và công việc của Trinh.

Cô đã đồng hành theo cách riêng của mình, hỗ trợ chị với tình cảm chân thành. Khánh Hương đã thể hiện sự quan tâm và lòng trắc ẩn sâu sắc đối với Trinh, làm cho mối quan hệ giữa họ trở nên đặc biệt và ý nghĩa hơn bao giờ hết.

Duyên trời ban

Khánh Hương, giám đốc Phòng Kế hoạch - cung ứng của SaVipharm, là một người phụ nữ xinh đẹp, chỉn chu và cực kỳ chuyên nghiệp. Đó là ấn tượng sâu sắc của chị Lâm về Cử nhân Khánh Hương, ngay từ buổi phỏng vấn nhận việc kéo dài ba tiếng đồng hồ. Sau đó, chị Lâm trở thành một nhân viên mới về làm việc tại phòng này.

Theo chị Lâm thì buổi phỏng vấn với cử nhân Khánh Hương là một trải nghiệm khó quên. Ngay từ đầu, cô Khánh Hương đã tỏ ra ngạc nhiên khi đọc hồ sơ của Lâm thấy thông tin rằng chị đã tốt nghiệp Đại học Y Dược, từng làm dược sĩ, và cũng đã có thời gian làm công việc mua hàng, nhưng nay lại chọn làm nhân viên dữ liệu phòng Kế hoạch - cung ứng của SaVipharm. Khi được hỏi tại sao không tiếp tục theo đuổi nghề dược sĩ, chị Lâm đã trả lời rằng chị muốn hiểu biết rộng hơn về các khía cạnh xung quanh nghề dược, không chỉ giới hạn trong khu vực sản xuất. Cô Khánh Hương đã đáp lại rằng ngành dược không chỉ là bán thuốc mà còn cần nhiều vị trí khác, và chị Lâm có thể học hỏi thêm kinh nghiệm từ vị trí này.

Điều khiến chị Lâm bất ngờ nhất là khi cô Khánh Hương xem xét mức lương đề xuất của chị. Thấy chị Lâm đề xuất mức lương thấp hơn so với mặt bằng chung vì chị không kỳ vọng nhiều, cô Khánh Hương đã hỏi: "Với bằng cấp và năng lực của em, tại sao em đề xuất mức lương thấp vậy?" Sau đó, Cô lại đề nghị tăng thêm hơn một triệu đồng so với mức lương chị đề xuất. Thấy vậy, Lâm vô cùng bỡ ngỡ trước quyết định có phần kỳ lạ này của Cô. Thông thường, các Sếp sẽ có xu hướng giảm mức lương so với đề xuất. Hơn nữa, chị Lâm cũng biết, SaVipharm là đơn vị dược luôn có yêu cầu rất cao về chất lượng nhân sự so với mặt bằng chung, bởi công ty là một trong những doanh nghiệp dược hiếm hoi của Việt Nam đã đạt hai tiêu chuẩn GPM Nhật Bản, GMP châu Âu. Qua sự việc này, chị Lâm hiểu rằng cô Khánh Hương đã đánh giá cao chị, hơn nữa, cô thực sự quan tâm đến nhân viên của mình. Ấn tượng đẹp đó chạm đến trái tim chị Lâm, và chị tự nhủ sẽ sát cánh bên cô Khánh Hương tại SaVipharm lâu dài, dù cho công việc có thách thức đến đâu đi chăng nữa.

Trong quá trình làm việc, chị Lâm đã nhận ra cô Khánh Hương là một người sếp cực kỳ tỉ mỉ và nghiêm khắc, nhưng luôn rõ ràng và minh bạch trong công việc. Mỗi khi chị Lâm gặp khó khăn, cô Khánh Hương không ngại ngần chỉ dạy đến nơi đến chốn, giúp chị tự tin và nắm bắt công việc nhanh chóng. Nhất là với quy trình khắt khe tại công ty, khi thấy Lâm dường như chựng lại, thì Cô đã hướng dẫn tận tình và đúng lúc. Lâm cảm thấy Cô đọc được cả suy nghĩ của chị. Sự tận tâm, thấu hiểu và chỉ dẫn tỉ mỉ của cô Khánh Hương đã giúp chị Lâm đạt được 75%

công việc được giao chỉ sau một thời gian ngắn thử việc. Chị Lâm nghĩ rằng việc chị đi tìm việc, và gặp được cô Khánh Hương, quả là cái duyên trời ban. Chị đã nhận được rất nhiều giá trị từ Cô.

Khánh Hương không chỉ là một người sếp giỏi mà còn rất đồng cảm với nhân viên. Khi chị Lâm cần nghỉ đột xuất vì việc cá nhân, cô Khánh Hương luôn hỏi han và tìm cách giúp đỡ chị. Cô cũng rất quan tâm đến hoàn cảnh sống của chị Lâm, khi biết chị sống xa nơi làm việc tới hai chục ki lô mét, Cô gợi ý rằng có khu lưu trú cho người lao động gần công ty, Cô sẵn sàng hỗ trợ chị đăng ký một chỗ ở tại đó nếu chị cần. Một lần khác, khi chị Lâm phải xin nghỉ làm một thời gian do hoàn cảnh riêng tư khó thu xếp, cô Khánh Hương đã nhắn tin khích lệ chị không bỏ cuộc, khiến chị cảm động đến muốn khóc. Tin nhắn ấy của Cô vừa tình cảm, lại vừa quyết liệt: "Dù có chuyện gì xảy ra, em cũng không được bỏ Cô, em không nên bỏ Công ty SaVipharm. Kể cả khi chính Cô không còn ở SaVipharm nữa, thì em cũng không được rời đi nhé!" Chị Lâm đã giữ tin nhắn ấy mãi đến bây giờ, để mỗi khi đọc lại, thì tình cảm, tinh thần của người Sếp gần gũi nhất với chị, lại tiếp thêm sức mạnh và truyền cảm hứng cho chị.

Trong cuộc đời đi làm của mình, chị Lâm nhận thấy cô Khánh Hương là một người sếp thông minh và kiểm soát công việc kỹ càng chưa từng thấy. Nhờ năng lực lãnh đạo của cô, cùng kỹ năng siêu việt trong thu thập, lưu trữ thông tin, mà SaVipharm đã tích lũy được một kho dữ liệu khổng lồ và vô giá về các đối tác cung ứng nguyên liệu dược phẩm trên toàn cầu. Khi cảm thấy chị Lâm đã đáp ứng được 90% yêu cầu công việc theo tiêu chuẩn của Cô, Cô Khánh Hương đã tin tưởng giao những việc quan trọng cho chị Lâm đảm trách. Đặc biệt, trong những lần dự triển lãm quốc tế ngành dược tại CPhI tại châu Âu, cô Khánh Hương thường mang về hàng trăm mối liên hệ quý giá, góp phần quan trọng vào sự phát triển của công ty. Với tài ngoại giao khéo léo, thông tuệ, cô biến các đối tác cung ứng thành bạn, nên họ tin tưởng và hỗ trợ tối đa cho SaVipharm về giá nguyên liệu, khiến công ty tiết kiệm đáng kể nguồn chi đầu vào. Đúng như linh cảm ban đầu, chị Lâm đã học hỏi được cho chính mình nguồn tri thức vô giá trong nghề nghiệp khi đến với SaVipharm, được làm việc trực tiếp dưới sự điều hành nghiêm khắc mà thông thái của Cử nhân Khánh Hương. Trên tất cả, Cô trao cho chị một nguồn năng lượng yêu công việc và một tầm nhìn khác biệt, một ý chí không gì lay chuyển.

Một buổi chiều muộn, khi cả văn phòng đã dần vắng lặng, chị Lâm mạnh dạn gặp cô Khánh Hương để trình bày một sáng kiến về việc lưu trữ tài liệu đối tác cung ứng.

- Thưa Cô, em có một ý tưởng về việc lưu trữ và quản lý hệ thống tài liệu đối tác cung ứng. Em nghĩ rằng nếu chúng ta số hóa toàn bộ tài liệu và xây dựng một hệ thống quản lý dữ liệu trực tuyến, chúng ta sẽ tiết kiệm được rất nhiều thời gian và công sức trong việc tìm kiếm thông tin. Hơn nữa, chúng ta cũng phòng ngừa được rủi ro mất tài liệu bản cứng khi xảy ra sự cố không mong muốn.

Khánh Hương ngẩng đầu lên, ánh mắt chăm chú tỏ vẻ Cô đang lắng nghe.

- Ý tưởng rất hay, Lâm à. Em có nghĩ đến các phương pháp bảo mật và sao lưu dữ liệu không? Đây là những thông tin rất quan trọng và nhạy cảm.

- Dạ có, em đã nghiên cứu một số giải pháp bảo mật hiện đại như mã hóa dữ liệu và sao lưu định kỳ trên các máy chủ dự phòng. Em tin rằng nếu chúng ta triển khai đúng cách, hệ thống này sẽ an toàn và hiệu quả.

Khánh Hương mỉm cười, ánh mắt thể hiện sự đồng tình.

- Tốt lắm, Lâm à. Anh chị em phòng mình cần những sáng kiến như vậy để nâng cao hiệu suất công việc. Em hãy chuẩn bị một bản kế hoạch chi tiết và trình bày với các đồng nghiệp trong buổi họp tới. Nếu mọi người đồng ý, chúng ta sẽ làm tờ trình lên Tổng Giám đốc, sau đó nếu được duyệt, ta bắt đầu triển khai thử nghiệm ngay.

- Em cảm ơn cô đã tin tưởng và ủng hộ ý tưởng của em. Em sẽ cố gắng hết sức để thực hiện.

Khánh Hương gật đầu, nhìn Lâm với ánh mắt tràn đầy niềm tin.

- Anh chị em hãy làm việc với đam mê và trách nhiệm. Em có tiềm năng lớn, Lâm à. Hãy cứ tiếp tục sáng tạo và đóng góp cho công ty. Tôi luôn sẵn sàng hỗ trợ và đánh giá cao những giá trị mà em mang lại.

Cử nhân Khánh Hương là một giám đốc xuất sắc, một người sếp đáng kính, luôn biết đồng cảm và tận tâm chỉ dạy nhân viên từ việc nhỏ đến lớn. Chị Lâm cảm thấy may mắn và biết ơn vì có cơ hội làm việc dưới sự hướng dẫn của Khánh Hương, người đã truyền đạt cho chị kiến thức chuyên môn và những kinh nghiệm quý báu trong công việc và cuộc sống.

Buổi phỏng vấn định mệnh

Chuyện của chị Vĩnh kể về cử nhân Khánh Hương khiến bất cứ ai cũng nao lòng. Tôi bỗng nhớ tới hình ảnh cô Khánh Hương mặc tấm áo trắng muốt, mang kính mát sậm màu che đi đôi mắt khiến nụ cười tươi tắn của cô nổi bật trên gương mặt kiêu sa. Nụ cười ấy dù quyến rũ, nhưng vẫn toát lên tinh thần quyết đoán và sự tự tin hiếm có. Ở cô, sự chuyên nghiệp cùng với nhiệt huyết hòa quyện một cách hoàn hảo, tạo nên một sức hút mạnh mẽ, không chỉ qua vẻ ngoài mà còn qua cách Cô xử lý công việc.

Hãy cùng chiêm nghiệm về tính cách, lối sống của cô Khánh Hương qua hoài niệm của chị Vĩnh, một nhân viên phòng Kế hoạch – cung ứng, từng làm việc với Cô nhiều năm:

"Ngay từ lần đầu gặp gỡ, tôi đã có ấn tượng tốt về cô Khánh Hương. Sự trẻ trung và năng động của Cô khiến tôi lầm tưởng Cô là đồng nghiệp trẻ tuổi. Nhưng qua giới thiệu của Tổ trưởng tổ tuyển dụng trong công ty, tôi mới hiểu rằng Cô là một người phụ nữ quyền lực và xuất sắc. Bất cứ ai biết Cô đều kính nể. Hôm ấy, buổi phỏng vấn tôi diễn ra rất ngắn gọn, nhưng với vẻ quyết đoán, Cô nhận tôi vào Phòng Kế hoạch – Cung ứng. Đó quả thực là buổi phỏng vấn định mệnh, mang lại may mắn cho tôi, bởi tôi đã nhận được từ cô những bài học quý báu trong suốt quá trình làm việc.

Cô Khánh Hương luôn hiện lên trong tôi là một hình mẫu lãnh đạo lý tưởng: nghiêm khắc, minh bạch, nhưng cũng rất tình cảm và chu đáo. Sự ngưỡng mộ và kính trọng mà tôi dành cho Cô ngày càng lớn dần, bởi Cô không chỉ là một người sếp giỏi mà còn là một người dẫn dắt tận tâm, luôn truyền cảm hứng và sức mạnh cho nhân viên của mình.

Thỉnh thoảng, tôi vẫn ôn lại kỷ niệm ngày tôi bước chân vào văn phòng của SaVipharm, người đầu tiên tôi gặp là cô Khánh Hương. Như đã nói, với vẻ ngoài trẻ trung và năng động, tôi đã lầm tưởng Cô là một nhân viên trẻ tuổi, đồng nghiệp tương lai của mình, nên tôi đã gọi Cô là "chị".

Buổi phỏng vấn kéo dài chỉ vỏn vẹn năm phút. Sau khi lướt qua hồ sơ và hỏi vài câu đơn giản về kinh nghiệm, cô Khánh Hương quyết định tuyển dụng tôi vào vị trí nhân viên mua hàng bao bì. Tôi ngỡ ngàng, vừa vui mừng vừa lo lắng vì chưa bàn giao công việc ở công ty cũ. Khi tôi xin thời gian ba mươi ngày để hoàn tất mọi việc ở công ty cũ trước khi nhận việc, Cô đã đồng ý ngay mà không một chút do dự.

Ngày đầu tiên đi làm, Cô gọi tôi vào văn phòng và nói: "Mọi người ở đây đều gọi tôi là Cô, vậy thì em cũng đổi cách xưng hô đi nhé. Cứ gọi tôi là Cô và xưng em."

Tôi hiểu ý và từ đó, trong công việc, tôi luôn xưng hô với Cô là "Cô" và xưng "em".

Lúc phỏng vấn, cô Khánh Hương trông thoải mái, tươi trẻ và thân thiện. Nhưng khi bước vào công việc, tôi mới thấy Cô là một người rất chỉn chu và đòi hỏi cao. Ban đầu, tôi không biết Cô là một trong những người chủ đầu tư của SaVipharm. Khi nhận ra điều này, tôi càng thêm nể phục Cô - một người phụ nữ quyền lực, ăn nói dứt khoát, và luôn đặt công việc lên hàng đầu. Sự nghiệp là niềm say mê bất tận của Cô, không gì khác có thể cuốn hút Cô hơn thế. Cô không bao giờ nói chuyện phiếm, không bao giờ lãng phí một phút, tất cả chỉ là công việc và công việc. Nhưng thật kỳ lạ, cái cách Cô yêu công việc và ứng xử chu đáo với từng việc nhỏ, đã truyền cảm hứng mãnh liệt sang tôi, khiến tôi bị cuốn theo và cũng đưa công việc lên ưu tiên hàng đầu trong cuộc sống.

Có chuyện này tôi cũng muốn kể, và tôi nhớ rất sâu. Đó là dù tôi rất cố gắng làm việc tốt nhất, cẩn thận nhất, nhưng cũng không tránh được có lỗi. Khi phát hiện ra lỗi, tôi đã bị Cô la mắng, nhưng những lời mắng của Cô không làm tôi buồn nản, trái lại, khiến tôi tâm phục khẩu phục và suy xét sâu hơn bài học mới qua sai lầm. Cô không sống cảm tính, mà thuần về lý tính, chỉ đánh giá mọi người dựa trên kết quả công việc.

Ngày hôm đó, một sự cố bất ngờ xảy ra tại nhà máy SaVipharm. Một lô bao bì nhập về bị phát hiện có lỗi kỹ thuật, ảnh hưởng đến toàn bộ dây chuyền sản xuất. Nếu không giải quyết kịp thời, công ty sẽ phải đối mặt với việc chậm trễ trong việc giao hàng, gây thiệt hại lớn về uy tín và tài chính.

Lập tức, cô Khánh Hương gọi tôi, quát lớn:

- Chị Vĩnh, chị xem tại sao lại để xảy ra tình trạng này! Chúng ta không thể chờ thêm được nữa. Lô hàng này bị lỗi kỹ thuật nghiêm trọng. Nếu không giải quyết ngay, toàn bộ dây chuyền sản xuất sẽ bị đình trệ.

Tôi biết, mỗi khi Cô giận, Cô sẽ không gọi tôi là "em" như thường lệ, mà sẽ gay gắt gọi "chị". Nghe tiếng "chị" phát ra từ Cô là sởn gai ốc rồi.

- Em hiểu. Em đã kiểm tra và xác nhận lỗi này đến từ nhà cung cấp. Chúng ta cần tìm giải pháp thay thế ngay lập tức. Em sẽ liên hệ ngay với nhà cung cấp khác, nhưng sẽ mất thêm thời gian… - Tôi lúng túng đáp.

- Không được, thời gian không cho phép chúng ta chờ đợi. Chị phải liên hệ với nhà cung cấp hiện tại ngay lập tức, yêu cầu họ cung cấp lô hàng mới trong vòng 24 giờ. Nếu họ không thể đáp ứng, chị hãy chuyển hướng sang nhà cung cấp dự phòng - Cô Khánh Hương quyết định nhanh chóng.

- Vâng, em sẽ liên hệ ngay. Nhưng còn vấn đề vận chuyển, làm sao chúng ta đảm bảo hàng mới sẽ đến kịp thời gian? - Tôi hỏi thêm, vì rõ ràng tôi biết Cô luôn muốn mọi việc hoàn thiện nhất.

- Chấp nhận thuê dịch vụ vận chuyển khẩn cấp, chấp nhận chi phí cao hơn để đảm bảo thời gian. Chị cũng cần lập tức thông báo cho bộ phận sản xuất chuẩn bị sẵn sàng để vận hành ngay khi lô hàng mới tới - Cô Khánh Hương đáp, giọng đầy quả quyết.

- Em hiểu rồi. Em sẽ triển khai ngay lập tức – Tôi đáp và liên hệ ngay với nhà cung ứng. Cũng thật lạ khi họ là nhà cung ứng truyền thống của SaVipharm, hàng bao bì cung ứng rất ổn định, chưa bao giờ bị lỗi.

Tôi gấp gáp chạy đi kiểm tra việc, biết rằng Cô Khánh Hương nhìn theo, ánh mắt kiên định. Trong những tình huống nguy cấp như thế này, khả năng lãnh đạo và quyết đoán của Cô luôn là yếu tố quyết định.

Sau khi giải quyết xong các cuộc gọi khẩn cấp và sắp xếp lại mọi thứ, tôi trở lại văn phòng gặp cô Khánh Hương để báo cáo tình hình.

- Thưa Cô, em đã liên hệ xong với nhà cung cấp và sắp xếp được dịch vụ vận chuyển khẩn cấp. Lô hàng mới sẽ đến trong vòng 24 giờ. Bộ phận sản xuất tại Nhà máy 01 cũng đã chuẩn bị sẵn sàng – Tôi báo cáo Cô nhưng giọng vẫn còn chút căng thẳng.

Cô Khánh Hương gật đầu, ánh mắt sắc bén nhưng trầm tĩnh.

- Em đã xử rất nhanh và hiệu quả. Nhưng chúng ta không thể để những sự cố như thế này lặp lại. Đây là bài học quan trọng cho cả Phòng.

Tôi cúi đầu, lắng nghe những lời của cô Khánh Hương bằng cả sự nghiêm túc và lo lắng của mình.

- Chúng ta cần rút ra kinh nghiệm từ sự cố này, - cô Khánh Hương tiếp tục - Đầu tiên, em hãy rà soát lại toàn bộ quy trình kiểm tra chất lượng đầu vào. Chúng ta cần cải thiện hệ thống kiểm tra để phát hiện sớm các lỗi kỹ thuật trước khi hàng được đưa vào sản xuất.

- Vâng, em sẽ xem xét và cải tiến quy trình ngay - tôi đáp.

- Thứ hai, em hãy xây dựng một danh sách nhà cung cấp dự phòng. Chúng ta không thể phụ thuộc hoàn toàn vào một nguồn cung duy nhất. Trong trường hợp có sự cố, chúng ta cần có sẵn các phương án thay thế để không bị gián đoạn sản xuất.

- Em hiểu rồi, em sẽ liên hệ với các nhà cung cấp khác để lập danh sách dự phòng - Tôi ghi chú lại.

- Cuối cùng, em hãy tổ chức một buổi đào tạo rút kinh nghiệm cho toàn bộ đội ngũ về quy trình xử lý sự cố khẩn cấp. Mọi người cần phải biết cách phản ứng nhanh chóng và hiệu quả khi gặp tình huống tương tự. Nhưng cách phòng sự cố tốt nhất là lường trước mọi tình huống, không để nó xảy ra.
- Vâng, thưa Cô, em sẽ lập kế hoạch và tổ chức buổi đào tạo ngay trong tuần này ạ - Tôi đáp và lúc ấy mới nhẹ lòng đi một chút.

Cô Khánh Hương nhìn tôi, ánh mắt dịu lại:

- Tôi tin em có thể cải tiến công việc và có thêm kinh nghiệm. Sự cố này là một lời nhắc nhở, nhưng cũng là cơ hội để chúng ta cải thiện. Hãy đảm bảo rằng bao bì phải sẵn sàng trước khi tổ chức sản xuất với thời gian đủ để giải quyết nếu có sự cố, chúng ta luôn sẵn sàng đối mặt với mọi biến cố.

Tôi cảm thấy lòng nhẹ nhõm hơn nhưng cũng tràn đầy quyết tâm. Thay vì tiếp tục la mắng, thì Cô lại động viên để tôi cải thiện năng lực của bản thân, biết nhìn xa trông rộng và không được quá chủ quan, bỏ qua việc kiểm tra chi li từng chút một.

- Cảm ơn Cô. Em sẽ làm hết sức mình để đảm bảo mọi thứ suôn sẻ.

Cô Khánh Hương gật đầu, một nụ cười nhẹ xuất hiện trên gương mặt kiêu sa. Ánh mắt Cô thể hiện lòng tin Cô trao lại cho tôi.

Suốt thời gian làm việc, tôi chỉ nhớ có một lần được Cô khen ngợi, đó là khi tôi viết một email tiếng Anh rất chỉn chu gửi tới đối tác cung ứng bao bì nước ngoài. Cô nhận ra rằng tôi cũng biết cách làm việc với người nước ngoài một cách chu đáo, lịch thiệp nên nhẹ nhàng khen ngợi. Quả thực, trong đời, chưa có món tặng thưởng nào khiến tôi sung sướng hơn lần ấy, khi được Cô khen.

Thời kỳ dịch Covid - 19 năm 2021, khi khu chế xuất đóng cửa, tôi bị kẹt lại và phải làm việc, ăn ở ngay tại công ty. Trong lúc hoang mang và sợ hãi, tôi nhắn tin cho Cô xin được về nhà vì lo lắng cho gia đình. Cô đã trấn an tôi, nói rằng nếu có chuyện gì xảy ra ở gia đình, Cô sẽ dùng uy tín để đưa tôi ra ngoài. Lúc ấy, Cô nói chuyện rất tình cảm và truyền cho tôi sức mạnh để vượt qua mọi sợ hãi, thách thức.

Trong suốt thời gian làm việc, tôi nhận ra rằng cô Khánh Hương là một người lãnh đạo tuyệt vời. Cô minh bạch trong công việc nhưng sống rất tình cảm. Dù nghiêm khắc, Cô thực ra lại rất lo lắng cho nhân viên. Trước đó, tôi từng làm việc qua ba công ty, nhưng chưa từng gặp ai tình cảm và tận tâm như Cô. Ban đầu có thể thấy Cô rất nghiêm khắc, nhưng khi hiểu rõ Cô, tôi mới nhận ra Cô thực sự quan tâm đến mọi người, sống có trách nhiệm cao. Khi tôi đã bắt nhịp được với tốc độ và quy chuẩn làm việc của Cô, thì sẽ cảm thấy thoải mái chứ không áp lực như ban đầu. Cô là người rất biết cách chăm sóc cho nhân viên, chứ không phải chỉ nghiêm khắc mà thôi.

Tuy rằng Cô nóng tính và hay nói to, nhưng nhờ thế mà mọi người học được cách làm việc chuyên nghiệp, rèn luyện đủ sức mạnh vượt qua thách thức, tuân thủ chính xác và xử lý công việc trọn vẹn. Ở SaVipharm, tôi đã học được nhiều điều quý báu nhất trong cuộc đời đi làm của mình.

Các nhà cung ứng cũng nhận định rằng nếu bạn đã từng làm việc ở SaVipharm, họ sẵn sàng nhận bạn ngay mà không cần phỏng vấn. Điều này cho thấy chất lượng nhân sự ở đây rất cao và cô Khánh Hương là người biết dẫn dắt, định hướng tuyệt vời. So với những người sếp khác, Cô thật sự vượt trội và đáng ngưỡng mộ.

Cô Khánh Hương là một người lãnh đạo tài ba, biểu tượng của sự nỗ lực và thành công, là nguồn cảm hứng bất tận cho tất cả những ai may mắn được làm việc cùng Cô. Mỗi lần nghĩ về Cô, tôi luôn cảm thấy được động viên để trở nên xuất sắc hơn, để xứng đáng với sự tin tưởng và chỉ dẫn mà Cô dành cho tôi."

Người đạo diễn của đời tôi

Thương là nhân viên phòng Kế hoạch - Cung ứng tại SaVipharm, có nhiều kỷ niệm và tình cảm đặc biệt dành cho cô Khánh Hương - Giám đốc phòng. Ngay khi mới ra trường, chân ướt chân ráo, chị đã tìm đến SaVipharm và may mắn được tuyển dụng. Từ những ngày đầu bước chân vào công ty học việc, chị đã được cô Khánh Hương tận tình chỉ bảo và dạy dỗ từ những điều cơ bản nhất. Với sự dẫn dắt của cô, chị Thương đã từng bước trưởng thành và học hỏi được nhiều điều quý báu.

Một thời gian sau khi đã quen với công việc tại SaVipharm, chị Thương chợt nghĩ: "Nếu mình chỉ làm việc ở nơi này, thì cũng chưa thể biết thế giới bao la ngoài kia ra sao. Mình còn trẻ, mình muốn có trải nghiệm khác nữa". Nghĩ vậy, chị đã xin phép cô Khánh Hương để ra ngoài tự thử thách, trải nghiệm thế giới bên ngoài. Tuy nhiên, dù đã đi làm nơi khác, lòng chị vẫn luôn nhớ về cô Khánh Hương - người phụ nữ toàn năng, người mà ai ai trong công ty cũng đều vô cùng kính trọng và ngưỡng mộ. Lắm lúc chị tự hỏi, phải chăng vì cô Khánh Hương còn là người sếp nữ đầu tiên trong đời đi làm của chị, nên chị mới nhớ Cô tới vậy? Phải chăng Cô gây ấn tượng quá mạnh với chị, và điều chị học được từ Cô, hóa ra đã giúp chị làm việc hiệu quả hơn rất nhiều?

Trong công việc, cô Khánh Hương có thể nghiêm khắc và hay la mắng, nhưng ai làm sai mới bị Cô la. Ban đầu, chị Thương nghe đồn rằng tính tình sếp nữ rất dữ dội, và khi làm việc với Cô một thời gian, bản thân chị cũng bị Cô lớn tiếng chỉ trích khi chị mắc lỗi, nhưng chị hiểu rằng cô chỉ tin vào năng lực và kết quả công việc, không tin vào những lời nói dẻo miệng của bất cứ ai.

Sau một thời gian làm việc ở bên ngoài, chị Thương mới nhận ra rằng SaVipharm, nơi chị từng rời đi, mới là mảnh đất tốt nhất để hạt giống ước mơ trong chị nảy mầm, lên xanh. Chị muốn quay trở về, nhưng lòng chị có chút băn khoăn, liệu cô Khánh Hương có cho chị quay về không? Thông thường, nếu ai đó đã rời bỏ công ty, người chủ sẽ không ưa họ và sẽ cảnh giác cao độ nếu người đó có ý định trở lại. Nào ngờ, cô Khánh Hương lại mừng vui đón chị trở lại công ty. Đó là ấn tượng sâu sắc nhất trong đời đi làm của chị Thương.

Khi biết tin cô Khánh Hương bị bệnh, chị Thương cùng đồng nghiệp đã đến thăm Cô. Nhìn thấy Cô yếu ớt nằm trên giường bệnh, chị đã không kìm được nước mắt. Thấy chị khóc, cô Khánh Hương lại bảo: "Trời ơi, con bé này mình hay la nó nhất, bây giờ nó lại khóc vì mình ư." Câu nói đó khiến chị Thương càng thêm xót xa và thương Cô nhiều hơn.

Những ngày Xuân – Hè 2024, vắng mặt Cô tại công ty, chị Thương nghĩ đến Cô, nhớ Cô mà không dám khóc, nhưng mỗi khi về nhà, chị lại không ngăn được dòng lệ. Chồng chị thắc mắc tại sao cứ về nhà là chị lại khóc. Thực sự, chị thương cô Khánh Hương và lo sợ một ngày nào đó, nếu Cô mãi mãi không còn ở đây, chị và mọi người sẽ bơ vơ biết bao. Nghĩ đến cảnh gia đình Cô, chị lại càng thêm đau lòng: mẹ Cô đã già, con trai út còn chưa tốt nghiệp vào đời, phu quân của Cô thì tuổi đã cao...

Chị Thương luôn ngưỡng mộ và biết ơn cô Khánh Hương vì những gì Cô đã dành cho SaVipharm. Chị nghĩ rằng lương bổng chị nhận được hôm nay để nuôi dưỡng một gia đình là nhờ công lao lớn của Cô và chú Trần Tựu – phu quân của Cô. Môi trường SaVipharm – mảnh đất tốt cho chị phát triển bản thân và xây một sự nghiệp đáng giá cũng nhờ Cô và Chú tạo dựng bằng cả cuộc đời và đam mê, tâm huyết, trí tuệ... Hằng ngày, trước khi bước ra khỏi nhà đến SaVipharm làm việc, chị đều khấn Phật mong Đức Phật độ trì để cô Khánh Hương sớm khỏi bệnh và trở lại làm việc.

Mỗi khi nhớ lại những ngày đầu năm 2024, khi cô Khánh Hương dù đã bệnh mà vẫn còn lạc quan và phấn chấn, chị Thương càng thêm hy vọng. Cô từng nói rằng Cô sẽ ra viện và trở lại công ty, bởi nhiều người cần Cô và sự gánh vác của Cô. Cô yêu công việc và luôn cống hiến hết mình. Sự hiện diện của Cô tại công ty là niềm an ủi lớn lao đối với tất cả mọi người.

Nguyện vọng lớn nhất của chị Thương lúc này là được gặp lại cô Khánh Hương và ôm Cô thật chặt, bởi chị nhớ Cô biết bao, chị muốn truyền sinh lực của mình tới trái tim Cô, để người phụ nữ quan trọng và đáng kính ấy có thể vượt qua tất cả. Có bàn tay Cô đạo diễn, thì chị mới có ngày hôm nay, tiến bước vững vàng trong công việc và đời sống.

Tới nay, khi vắng Cô, chị nhận ra rằng, mặc dù Cô rất kỹ tính trong công việc, nhưng làm việc với Cô lại rất dễ dàng bởi Cô không câu nệ vào chuyện tình cảm riêng tư và không chấp nhận ai nói xấu người khác sau lưng. Sự minh bạch và tình thương của Cô có thể giúp đồng nghiệp tự tin tới mức nào…

Tìm được một người sếp như cô Khánh Hương thật là một điều may mắn và hiếm có. Chính vì vậy, chị Thương mong muốn gắn bó lâu dài với SaVipharm, nơi mà cô Khánh Hương đã trao trọn cả thanh xuân, tình yêu và sinh lực của mình để xây dựng và phát triển.

Đòn bẩy áp lực

Anh Thuận vào công ty từ tháng 10 năm 2010, với vị trí là nhân viên Kỹ thuật Cơ điện tại SaVipharm. Thời gian đầu, anh ít có cơ hội tiếp xúc với nhóm các cán bộ quản lý. Mãi đến khoảng năm 2012 - 2013, anh mới được gặp và làm việc với cô Khánh Hương. Anh đã biết được Cô vừa là Giám đốc Phòng Kế hoạch – Cung ứng, vừa là một người chủ quan trọng của SaVipharm. Khi được thông báo lên gặp trực tiếp cô Khánh Hương để nhận việc Cô giao, anh thực sự hồi hộp, xen lẫn lo lắng, cho dù công việc ở nơi này, anh làm đã quen.

Ấn tượng ban đầu của anh về Cô là Cô rất khó tính và nghiêm khắc. Làm việc với Cô luôn mang đến áp lực lớn, buộc anh phải hiểu rõ ý Cô để hoàn thành nhiệm vụ đúng yêu cầu. Cô luôn nhắc nhở anh: "Em đã hiểu hoàn toàn ý Cô chưa? Nếu chưa hiểu, em phải nói thật, Cô sẽ hướng dẫn để em làm cho đúng. Nếu chưa hiểu mà không hỏi, cứ tự làm theo ý mình rồi làm sai, em sẽ bị Cô la rất dữ đó."

Sau một thời gian làm việc với cô Khánh Hương, anh Thuận dần hiểu tính cách và phong cách làm việc của Cô. Khi Cô giao việc, anh có thể đoán trước ý Cô đúng đến bảy mươi, tám mươi phần trăm. Là một cán bộ quản lý, cô Khánh Hương luôn rõ ràng và quyết liệt. Cô biết cách tạo áp lực để thúc đẩy nhân viên đến mức năng lực cao nhất, hoàn thành xuất sắc công việc của mình. Cô luôn yêu cầu làm việc đến nơi đến chốn, không chấp nhận công việc làm nửa chừng. Cô thường nói: "Không có gì là dễ dàng và miễn phí, cần trả giá cho trải nghiệm để lớn lên."

Anh Thuận cũng có lần làm sai và không hoàn thành công việc trọn vẹn. Cô Khánh Hương không vừa ý và la rất dữ. Sau đó, anh đã nhắn tin xin lỗi Cô, thừa nhận trách nhiệm và hứa sẽ làm tốt hơn vào những lần sau để Cô không buồn, không thất vọng về năng lực của anh. Anh nhận ra rằng, mặc dù Cô đặt chuẩn mực rất cao, và còn nóng tính, nhưng nếu biết cách giải quyết và công việc có kết quả tốt, Cô sẽ chấp nhận và ghi nhận nỗ lực của mình.

Làm việc với cô Khánh Hương, anh Thuận được trải nghiệm và học được rất nhiều điều quý báu. Cô là người sếp nghiêm khắc nhưng đầy tâm huyết, luôn muốn thúc đẩy nhân viên đến giới hạn cao nhất của khả năng và yêu cầu sự hoàn thiện trong từng chi tiết công việc. Dù đôi khi công việc có nhiều áp lực, nhưng nhờ Cô, anh Thuận đã phát triển và hoàn thiện bản thân, trở thành một nhân viên vững vàng tay nghề tại SaVipharm.

Sếp nữ thông minh, tư duy logic

Anh Thiện vào làm việc tại SaVipharm năm 2013, khi đó anh vừa mới ra trường. Nay anh đã trưởng thành và giữ vị trí Giám đốc phòng QA (Đảm bảo chất lượng) tại SaVipharm. Trong quá trình làm việc với cô Khánh Hương, qua các cuộc họp giao ban, anh nhận thấy Cô là người thông minh với tư duy logic. Cô sắp xếp công việc rất khoa học, xây dựng hệ thống hồ sơ tài liệu để tra cứu thuận tiện và dễ dàng. Cô có kỹ năng quản lý tài liệu theo danh mục rất khoa học, rõ ràng, dễ tìm kiếm và đầy đủ, không thất thoát. Với anh, Cô không la mắng mà luôn hướng dẫn rất tận tình, chu đáo, tỉ mỉ. Anh cho rằng, với cách hướng dẫn như thế, cộng sự sẽ hoàn thành công việc tốt nhất, cho kết quả cao nhất.

Kỷ niệm sâu sắc của anh Thiện với cô Khánh Hương là lần đi triển lãm CPhI (Triển lãm quốc tế ngành dược) ở Đức năm 2019. Khi đó, trong lúc ra ngoài đường đi bộ, Cô hỏi anh có nên băng qua đường ở chỗ vắng xe chạy không, anh trả lời rằng cần phải tìm đến nơi có vạch trắng dành cho khách bộ hành qua đường theo đúng luật. Cô hỏi lại ba lần vì chỗ đó xe vắng, nhưng anh vẫn trả lời rằng phải đi qua đường chỗ có vạch trắng. Cô Khánh Hương cười và nói rằng: "Thiện đúng là dân làm QA, nguyên tắc vậy đó, không phá lệ, luôn đúng luật." Trong thời gian ở châu Âu, anh nhận thấy Cô đi bộ rất khỏe, rất nhanh nhẹn. Khi anh em trẻ tuổi hơn Cô mà rất đuối, theo sau Cô cảm thấy rất mệt, Cô bảo có lẽ ở nhà anh em không chịu tập thể dục. Nên tập thể dục đều đặn để có tác phong nhanh nhẹn bất cứ trong hoàn cảnh nào.

Tại CPhI, khi tiếp xúc với khách là các công ty cung ứng nước ngoài đến thăm gian hàng của SaVipharm, Cô là người cởi mở, dễ mến và sẵn sàng hợp tác. Cô cũng đi thăm nhiều gian hàng của các đối tác mà công ty đã từng nhập dược liệu. Quan sát cách cô trò chuyện, đi lại, trao đổi với mọi người, anh Thiện học hỏi được ở Cô cách làm việc nghiêm túc, tư duy logic, sắp xếp công việc một cách khoa học, biết ưu tiên trước sau để đạt hiệu quả cao nhất và chính xác nhất. Ngoài công việc, Cô là người thích đi chơi, tìm hiểu. Khi ở Đức, Cô thích dẫn anh em ra ngoài để thăm thú và khám phá xung quanh, xem xét, nghiên cứu văn hóa của người bản địa. Trong bữa ăn, Cô hay chia sẻ đồ ăn cho anh vì biết anh ăn nhiều và phần ăn ở châu Âu khá lớn, Cô hiểu anh cần phải ăn đủ để chống lại cái lạnh ôn đới nơi đây.

Trong cuộc đời đi làm, anh Thiện rất biết ơn cô Khánh Hương vì Cô đã hướng dẫn anh cách làm việc bằng trí tuệ, khoa học. Cô luôn nhắc nhở: "Hãy thật chỉn chu, chăm chỉ. Các cụ xưa nói, cầu may không bằng chăm cày." Từng lời của Cô đã ghim vào bộ nhớ của anh, làm kim chỉ nam cho hành xử với đời sống và công việc. Anh luôn yêu quý Cô và mong Cô sớm khỏe mạnh trở lại với công việc.

Tri kỷ của lòng tôi

(Nhà báo Thu Hoa là một người bạn gắn bó với CN. Khánh Hương từ thời học trò, chia sẻ trải nghiệm về người bạn quá đỗi yêu thương và gần gũi với mình)

"Tôi nhớ mãi ngày đầu tôi nhìn thấy Khánh Hương, một cô bé xinh như một em búp bê với đôi mắt mở to long lanh, hai hàng lông mi cong vút, mái tóc xoăn tự nhiên để ngắn ngang cằm. Lúc đó Hương vừa xinh đẹp, vừa ăn diện nhất lớp học luyện thi vào chuyên ngữ. Là con gái mà tôi như bị Hương hút hồn, quan sát Hương không chán. Tôi chủ động đến làm quen cứ như là duyên trời định cho 2 cô bé mười tư, sau này thân thiết, có nhau trên từng cây số.

Hồi đó là những năm 1983, cái thời bao cấp bi tráng ấy, bố tôi là giáo sư góp phần xây dựng nên ngôi trường Đại học Sư phạm nên được phân 1 căn hộ với 3 phòng ngủ khép kín. Tôi nghĩ nhà mình rất oai, tự hào vẽ căn hộ của nhà mình cho Hương xem. Hương cũng vẽ lại ngôi nhà của Hương những 7 phòng với 1 khu vườn rộng mênh mông và 1 ao thả cá. Hóa ra là tôi đã làm quen với một tiểu thư nhà giàu. Nhưng không giống như gia cảnh, Hương tỏ ra vui vẻ, thân thiện và cởi mở. Chúng tôi mới quen mà cứ như gặp gỡ đã từ lâu. Hai đứa cứ mặc trời nắng chang chang, đầu chẳng đội mũ nón, rong ruổi cùng nhau trên chiếc xe đạp, lượn lờ khắp Hà Nội.

Hương chăm chỉ học hành dù có vẻ ngoài khá ăn chơi so với thời đó. Quần bó chẽn, áo kẻ là trang phục Hương hay diện nhất. Có truyền thống của gia đình Hà Nội giàu có, thành đạt, lại được bố mẹ giáo dục rất kỹ lưỡng nên Hương luôn là cô bé khá ý tứ, tế nhị và sâu sắc hơn tuổi. Nhìn lại Hương thời đó như đóa hoa hồng rực rỡ, kiêu sa, nhưng tiếc thay "chữ tài liền với chữ tai một vần". Tôi thì như bông hoa cúc dại trên thảo nguyên. Nhưng chúng tôi hút lẫn nhau vì những thứ mà mỗi người có mà người kia không có, bù trừ cho nhau để song hành hơn 4 thập kỷ.

Vì là đôi bạn thân, nên Hương đã biết cháu họ tôi, tên Nam, sinh viên tốt nghiệp bằng đỏ khoa trắc địa hàng không ở Tiệp Khắc về. Trai thanh, gái tú đến tuổi kết hôn gặp nhau là cưới liền tay chẳng suy nghĩ, đắn đo quá nhiều, như là chuyện thường ngày của cuộc sống. Hai người có 1 đứa con trai kháu khỉnh. Nhưng rồi 1 ngày chuyện không ngờ đã xảy ra. Người chồng hiền lành, hướng nội của Hương không làm cho Hương cảm nhận hạnh phúc thực sự, điều mà 1 người phụ nữ có tâm hồn sâu sắc luôn khát khao. Cô bé mộng mơ năm nào đã tìm thấy cho mình cánh buồm đỏ thắm. Và đến hồi "trai anh hùng gặp gái thuyền quyên". Hương đã dứt bỏ tất cả để đi theo tiếng gọi của tình yêu.

Hương bất chấp tất cả, mặc lời khuyên ngăn của cha mẹ, bỏ cả công việc đang kiếm tiền rất tốt ở Tp. HCM, bất chấp sự chênh lệch tuổi tác hơn 2 thập kỷ, để khăn gói ra Hà Nội xây dựng tổ ấm với người đàn ông mà Hương yêu tha thiết, như yêu hơn cả chính bản thân mình. Một tình yêu với cả sự ngưỡng mộ người đàn ông thành đạt, đa tài và cảm giác bình yên bên người đàn ông từng trải, mạnh mẽ và vững chãi.

Cũng không phải là không có những sóng gió, bên cạnh người đàn ông thành đạt, luôn có những bóng hồng. Tôi nhớ có một lần Hương gọi tôi, khóc nức nở và nói: "Tao chia tay anh Tựu rồi, nhưng tao đau lòng lắm". Nhưng như là số phận đã gắn kết, sau này một thời gian 2 người đã về chung một nhà và đã cùng nhau xây dựng một cơ đồ bề thế.

"Đau lòng kẻ ở người đi

Lệ rơi thấm đá, tơ chia rũ tằm".

Chỉ cách đây có hơn 2 tháng thôi (tháng 2/2024), Hương đã hẹn với tôi là *"Mình sẽ già đi một cách khỏe mạnh cùng nhau"*, ấy vậy mà giờ đây Hương nằm trên giường bệnh với tia hy vọng sống quá đỗi mong manh. Không ngờ những ngày tháng đón xuân Giáp Thìn 2024 ở Hồ Tràm (Bà Rịa - Vũng Tàu) là những ngày cuối cùng được ở bên nhau, được nói chuyện với nhau một cách tỉnh táo, tình cảm trọn vẹn. Tôi chỉ thấy ánh mắt Hương buồn rười rượi, nhưng Hương đã chọn giải pháp im lặng để chúng tôi tận hưởng những giờ phút bình yên và ấm áp bên nhau. Trước khi tôi bay vào Tp. Hồ Chí Minh để đi Hồ Tràm, Hương nói: *"Tao mệt lắm, không nấu ăn được, mày chịu khó nấu ăn nhé"*. Và tôi nấu chả ngon lành gì, nhưng được Hương hết lời ngợi ca. Trong lúc mệt mỏi, ốm đau, cận kề với sinh tử, Hương vẫn cố để chúng tôi được vui và hạnh phúc.

Đằng sau dáng vẻ mảnh mai và đôi mắt đẹp đượm buồn, lại là một tâm hồn không chỉ sâu sắc, tinh tế mà còn là một nghị lực phi thường. Hương đã nhận về mình tất cả nỗi đau, không oán trách số phận, không giận trời, giận đất, không giận bất cứ ai, không cả thở than và cũng không để nước mắt chảy ra. Trên giường bệnh vẫn lo toan đủ mọi việc cho gia đình, cho bạn bè. Khi tôi xoa bóp cho Hương xong, Hương còn nhắc tôi rửa tay và nhắc đừng khóc…

Có những thắc mắc, lý do vì sao Hương không ra nước ngoài chữa bệnh, tôi thì hiểu Hương chọn cách tin tưởng tuyệt đối vào tình yêu và người đàn ông của cuộc đời mình. Hương trao anh cả trái tim, đi theo anh không chút toan tính và khi lâm bệnh, để anh tìm giải pháp không chút hồ nghi, đắn đo. Sự tin tưởng đó có được từ một tình yêu quá sâu đậm, anh là bờ vai che chở của em. Tình yêu dù cách trở bởi sự khác biệt của cuộc sống của 1 cô tiểu thư đài các, sành điệu, lãng mạn và 1 anh dược sĩ xuất thân từ nghèo khó, gian khổ, rồi lại trưởng thành trong chiến tranh, vẫn lớn dần theo năm tháng. Vượt qua khác biệt, để đơm hoa, kết trái, để ngát hương. Trên giường bệnh, Hương vẫn quan tâm đến sức khỏe của chồng, quan tâm chiếc áo mang ra Hà Nội chưa được giặt hấp để cất đi. Vẫn xin lỗi chồng: "Em xin lỗi anh, vì em hiểu nhầm anh, nên mới bảo anh về đi".

Than ôi, thế là có thể tôi không còn được cùng Hương tâm sự mỗi lần thăng trầm của cuộc sống, mỗi nỗi buồn, mỗi niềm vui. Tôi có thể tìm ở Hương tất cả từ 1 người bạn: sự chân thành, sự thấu hiểu, sự sẻ chia và những lời khuyên thấm thía, kể cả những động viên vật chất trong những hoàn cảnh khó khăn.

"Trăm năm tri kỷ khó tìm, tri âm khó gặp, bạn hiền khó quen"

Than ôi, gặp được rồi lại vội vã rời xa. Nỗi đau này không biết liệu có nguôi ngoai.

Mãi mãi tôi không cắt nghĩa được: sao Hương có thể yêu đến thế, hy sinh đến thế, không chút trách móc, không chút hồ nghi, trao cho chồng tất cả trái tim và sinh mạng của chính mình…

(Hà Nội những ngày tháng 4/2024)

Người đẹp biến mất

(Hà Nội năm 1995)

Câu chuyện lạ về sự vắng mặt của người đẹp Khánh Hương tại công ty dược Biopha cứ nóng dần lên. Bình thường, chỉ với nhan sắc hơn người của mình, Khánh Hương đã khiến mọi người chú ý rồi. Hơn nữa, cô lại thông minh, sắc sảo và có vốn ngoại ngữ tiếng Anh rất khá, chuyên trách làm việc với đối tác nước ngoài đến công ty. Không chỉ bị cả đàn ông và đàn bà chú ý, Khánh Hương còn là tâm điểm cho một số người thích buôn chuyện dõi theo và "bào chế" thêm những câu chuyện phần nhiều là ảo quanh người đẹp.

Hơn nửa tháng trước, Khánh Hương đột ngột xin nghỉ hết phép năm một lượt, và rời khỏi công ty. Nhiệm vụ của Trưởng phòng vật tư mà Khánh Hương đang đảm trách, được tạm giao cho cô Lan, Phó phòng. Tuy nhiên, đến ngày thứ 15, ngày phép cuối cùng của Khánh Hương, thì cô Lan đã báo cáo lên Giám đốc Biopha một thông tin không vui, đó là Khánh Hương thông báo xin nghỉ việc hoàn toàn. Tin đồn lan ra khắp công ty, nhiều người lấy làm lạ về cách biến mất đột ngột của người đẹp.

Bình thường, Khánh Hương là cán bộ giỏi, nghiêm túc và trách nhiệm bậc nhất ở đây, cô là người được lãnh đạo ký thác trọng trách mỗi khi họ đi công tác khỏi cơ quan. Chưa kể, cô được kỳ vọng sẽ lên vị trí Phó giám đốc rất sớm thôi. Chẳng ai xứng đáng hơn cô. Ấy vậy mà bây giờ cô biến mất không một lý do. Cuộc sống đổi thay chẳng theo một logic nào cả, chẳng biết đường nào mà tính.

Ông Hùng – Giám đốc Biopha gọi cô Lan lên phòng làm việc của mình, để hỏi cho cặn kẽ trường hợp nghỉ việc bất thường của Khánh Hương.

-Trưởng phòng Hành chính – Nhân sự đã trình tôi cái đơn nghỉ việc của Khánh Hương. Lý do cá nhân rất chung chung. Cô là người gần gũi, thân thiết nhất với Hương tại cơ quan này, cô hãy cho tôi biết tại sao Hương nghỉ việc?

-Dạ, thưa anh, em cũng chỉ biết là vì lý do cá nhân mà thôi ạ.

-Như thế là thiếu trách nhiệm với anh em – ông Hùng cau mày – Cô biết đấy, trong công ty này, lãnh đạo rất trọng dụng Khánh Hương. Cô ấy là người giỏi giang, tháo vát, tạo ảnh hưởng tốt, đóng góp cho tập thể rất nhiều. Lãnh đạo công ty cũng ưu ái cô ấy, tạo điều kiện cho cô ấy phát triển. Vậy thì tại sao cô ấy bỏ đi? Cô ấy cần cho chúng ta biết lý do thực sự, nếu có gì bất cập về phía công ty, thì chúng ta còn có thể rút ra bài học kinh nghiệm chứ!

-Theo em hiểu, thì không phải tại công ty hay điều kiện làm việc có gì không ổn đâu ạ - Lan bặm môi tìm lời phù hợp giải thích với ông Hùng – Chắc Khánh Hương có lý do cá nhân mà thôi. Cuộc sống riêng đôi khi có những bất trắc khó lường.

-Nếu không quá riêng tư, cô cho tôi biết nhé. Cô đã liên lạc với gia đình cô Hương chưa?

-Rồi, thưa anh. Gia đình cô ấy nói là Khánh Hương dặn dò rất nhiều việc, để lại một khoản tiền đủ sinh hoạt cho gia đình cả năm, rồi rời đi, nói chung chung là đi biệt phái công việc, không báo ngày trở về. Thực ra lúc này gia đình Hương cũng đang hoang mang lắm. Bởi thỉnh thoảng cô ấy có gọi điện về nhà để nắm tình hình, nhưng lại giấu không cho biết số điện thoại liên lạc mới. Có lẽ cô ấy gọi về nhà bằng điện thoại công cộng. Có việc gì đó mà Hương đang cố giấu tung tích hiện tại của mình.

-Một người phụ nữ trưởng thành, lại xuất sắc, thông minh như Khánh Hương, khó có thể có hành vi lạ lùng thế này… - Ông Hùng lẩm bẩm – Trong óc ông nảy ra một số nghi ngại.

***

Trần Tựu, Tổng giám đốc Vinapharm (Tổng công ty dược Việt Nam), đang đối diện với một quyết định khó khăn. Ông phát hiện ra một vụ việc sai phạm nghiêm trọng liên quan đến Lục, Giám đốc phòng Vật tư của Tổng công ty. Lục bị cáo buộc đã nhận hối lộ để nhập khẩu một số thiết bị, nguyên liệu với giá cao ngất ngưởng, gây thiệt hại không nhỏ cho Vinapharm và làm ảnh hưởng đến uy tín của Liên hiệp trên thị trường.

Trần Tựu vốn là người có nguyên tắc và luôn đề cao đạo đức trong kinh doanh, cảm thấy rất bức xúc trước thông tin này. Tuy nhiên, ông cũng biết rằng việc xử lý tình hình này cần phải thận trọng và khôn ngoan, bởi Lục không chỉ là một cán bộ lâu năm có nhiều đóng góp cho Tổng công ty mà còn có quan hệ rộng rãi. Lục gắn bó với đơn vị đã hơn hai thập niên, từ hồi còn là Liên hiệp các xí nghiệp dược Việt Nam, anh ta cũng là cánh tay phải của ông Lê, vị lãnh đạo cũ của đơn vị. Nhưng khi có sự thay đổi về lãnh đạo, anh ta không thể chấp nhận nên đã bày tỏ sự bất mãn và có hành vi chống đối ngầm đối với Trần Tựu. Anh ta cấu kết với một số cán bộ đồng thuận với mình, rình rập cơ hội để làm mọi thứ trở nên phức tạp hơn, gây khó khăn cho Tựu trong công tác điều hành và cải tiến hệ thống quản lý trong Tổng công ty.

***

Trần Tựu quyết định bàn riêng với Phó Tổng giám đốc Nguyễn Tùng về trường hợp của Lục, trước khi triệu tập một cuộc họp của hội đồng khen thưởng - kỷ luật của Tổng công ty để thảo luận về vấn đề này.

Nguyễn Tùng có vẻ rất bức xúc, giọng anh chênh hơn một tông so với bình thường:

- Tôi hiểu là ông lo lắng cho cá nhân anh ta, ông muốn cho Lục một cơ hội để sửa chữa sau sai phạm. Nhưng tôi tin rằng đây không chỉ là vấn đề của một cá nhân, mà là về tôn trọng nguyên tắc và hình ảnh của Tổng công ty – Tùng hạ giọng hơn một chút – Vả lại, tay Lục này đâu có tốt đẹp gì. Từ ngày ông về đây làm lãnh đạo, anh ta chơi xấu sau lưng ông mấy vố hiểm rồi. Đây là cơ hội phù hợp để loại anh ta mà không ai có thể nói ra nói vào được gì. Ông cần dứt điểm nhổ đi "cái gai" này.

- Nhưng ta không thể phủ nhận đóng góp của Lục trong quá khứ, thời anh Lê làm Tổng giám đốc ở đây. Lục đã làm việc chăm chỉ và khá trung thành. Anh ta chưa phục tôi, chưa tin tôi và chống đối ngầm, thì cũng một phần là do tôi chưa thu phục nổi anh ta – Tựu băn khoăn nói.

-Trời ơi, ông kệ anh ta đi, tạo cơ hội cho người khác, ngoài kia còn ối người đang chờ đợi được đứng vào vị trí của anh ta để thể hiện năng lực và cống hiến cơ mà – Tùng phẩy tay, tỏ ý sốt ruột – Hơn nữa, việc sai phạm của anh ta là rành rành, không thể bỏ qua. Nếu chúng ta không đưa ra biện pháp mạnh mẽ, điều này sẽ gửi một thông điệp không tốt đến tất cả cán bộ nhân viên khác, rằng hành vi không đạo đức có thể được tha thứ.

-Nhưng con người đâu phải là thánh, ta cần cân nhắc tính nhân văn của việc này. Lục nay đã 57 tuổi, chỉ còn 3 năm nữa là về hưu. Nếu sa thải anh ta, thì chúng ta nhẹ gánh lắm, nhưng như thế, là ta hoàn toàn xóa đi cả cuộc đời làm việc và danh dự của anh ta. Gia đình anh ta sẽ nhìn anh ta với con mắt thế nào? Chúng ta có thể cho anh ta một cơ hội để hối cải, học hỏi và thay đổi. Chỉ cần xử phạt, điều chuyển anh ta sang vị trí khác, sao cho ta có thể kiểm soát được anh ta, không có điều kiện nào cho sai phạm nữa. Đồng thời, chúng ta cũng cần tăng cường kiểm soát và giám sát nội bộ để ngăn chặn tình trạng tương tự xảy ra trong tương lai.

-Tôi không ngờ anh quá nhân ái với Lục như vậy – Tùng lắc đầu – Tôi cứ tưởng nhân dịp này anh sẽ dùng bàn tay thép bẻ gãy tư tưởng chống đối chứ…

-Mỗi người đều có quyền được làm việc, được sống – Tựu nói – Tôi vẫn sẽ dùng bàn tay thép chặn đứng các hành vi sai trái của bất kỳ ai, nhưng tôi không bao giờ chọn việc xóa bỏ một phận người.

Cuộc họp hội đồng khen thưởng - kỷ luật diễn ra ngay sau đó. Trong cuộc họp, Tựu trình bày rõ ràng về bằng chứng của vụ việc và nhấn mạnh tầm quan trọng của việc giữ gìn hình ảnh và đạo đức kinh doanh của đơn vị. Sau nhiều giờ thảo luận căng thẳng, quyết định được đưa ra: Lục sẽ phải chuyển sang một vị trí khác trong Tổng công ty, một vị trí mà ở đó, anh ta không còn cơ hội để lạm dụng quyền lực hay tác động tiêu cực đến quyết định mua sắm của đơn vị. Đồng thời, Tổng công ty sẽ mở một cuộc điều tra kỹ lưỡng hơn về vụ việc, và nếu có thêm bằng chứng về hành vi phạm tội của Lục, Ban lãnh đạo và hội đồng khen thưởng - kỷ luật sẽ không ngần ngại đưa ra hình phạt nặng nề hơn, kể cả việc sa thải và truy cứu trách nhiệm pháp lý.

Trần Tựu cũng quyết định tăng cường các biện pháp giám sát và kiểm soát nội bộ để ngăn chặn tình trạng tương tự xảy ra trong tương lai. Anh khẳng định rằng không gì quan trọng hơn việc xây dựng và bảo vệ danh dự, uy tín của công ty. Vụ việc này cuối cùng cũng trở thành một bài học đắt giá cho tất cả cán bộ - nhân viên trong công ty về tầm quan trọng của việc tuân thủ đạo đức kinh doanh và sự minh bạch.

Còn Lục, dù trong lòng cảm thấy tổn thương, nhưng sâu thẳm cũng nhận ra được những sai lầm của mình. Anh ta biết rằng đây có lẽ là cơ hội cuối cùng để tự sửa chữa và làm lại từ đầu. Dù khó khăn, nhưng đây cũng là dịp để Lục chứng minh sự cam kết và lòng trung thành với Tổng công ty, cũng như sự tôn trọng đối với nguyên tắc kinh doanh chính đáng.

Quyết định của Trần Tựu không chỉ giúp giữ vững được uy tín của Vinapharm mà còn thể hiện sự lãnh đạo sáng suốt, biết dung hòa giữa công bằng và nhân văn, đồng thời khẳng định rằng trong kinh doanh, thành công không chỉ đến từ lợi nhuận mà còn từ đạo đức và trách nhiệm với con người, xã hội.

Anh lập ra một kế hoạch cụ thể để hỗ trợ Lục. Anh cử Lục đi học một khóa đào tạo đặc biệt về đạo đức kinh doanh và quản lý rủi ro. Anh cũng dành ra mỗi tuần một buổi chừng hơn tiếng đồng hồ để trò chuyện với Lục - như một cố vấn cá nhân để hỗ trợ Lục trong quá trình điều chỉnh và phát triển lại bản thân.

Lúc đầu Lục ngại ngần, nhưng khi được Tựu lắng nghe ý kiến và phản hồi của mình một cách chân thành thì anh ta cảm động. Lục hiểu ra rằng, Tựu đã can đảm chấp nhận là một người hướng dẫn và đồng hành trong quá trình chuyển đổi của Lục. Anh ta cũng cảm nhận được sự tôn trọng và cam kết của Trần Tựu đối với tất cả các nhân viên, bất kể vị trí hay quan hệ với lãnh đạo trước đó.

Dần dần, Lục không chỉ thay đổi bản thân mình mà còn trở thành một phần quan trọng của nhóm dẫn dắt của Vinapharm trong việc thúc đẩy minh bạch và đạo đức kinh doanh. Anh ta đã vượt qua tai nạn của chính mình, vượt qua cả mặc cảm để vận động mọi người chung sức chung lòng ủng hộ lãnh đạo mới của đơn vị. Trần Tựu đã đi một nước cờ hay, giữ vững uy tín của Tổng công ty, tạo niềm tin của đội ngũ vào sự bao dung cao cả của người thủ lĩnh, và tạo ra một môi trường làm việc tích cực, động viên cán bộ nhân viên phát triển bản thân.

**

Điện thoại di động của Tựu réo vang đầu giờ chiều. Anh nhanh nhẹn cầm máy nghe. Đầu dây bên kia là giọng nói miền Nam hơi gấp gáp của anh Võ Thành – Trưởng Ban công nghiệp thành phố Hồ Chí Minh.

-Tựu biết tin gì về Khánh Hương chưa?

-Dạ không anh ạ - Tựu hơi ngạc nhiên, hỏi lại Võ Thành – Em cũng bận bịu công việc ngoài Hà Nội quá. Cô ấy vẫn khỏe chứ anh?

-Khánh Hương đã nghỉ việc tại Biopha và ra Hà Nội rồi – Võ Thành thông báo – Cô ấy chưa liên hệ gì với cậu sao?

-Ồ, sao em không biết việc này nhỉ? – Tựu ngạc nhiên – Cô ấy không liên lạc, mà lãnh đạo Biopha cũng chẳng báo gì cho em.

-Chuyện này khá tế nhị - Võ Thành hạ giọng – Nhưng mà thôi, tôi không giải thích gì đâu, chỉ nhắc cậu nên để ý và tinh tế hơn một chút. Đừng nghĩ là tôi tỉa tót gì cậu nhé. Chỉ là tôi thấy cậu rất bận rộn và quá đam mê công việc nên cần nói rõ hơn. Cậu có giấy bút ở đó, ghi lại số điện thoại mới này của Khánh Hương và cần điện thoại sớm cho cô ấy. Sau đó thì quên cuộc nói chuyện này của chúng ta đi.

Trần Tựu vừa ghi xong số điện thoại của Khánh Hương thì ông Võ Thành đã ngắt cuộc gọi. Tựu hơi ngẩn người nhìn ống nghe, rồi lại nhìn mẩu giấy nhỏ mà mình vừa viết một dãy số lên đó. Anh nhớ ra, tuần trước anh có gọi một cuộc điện thoại vào số máy cũ của Khánh Hương, nhưng không liên lạc được. Anh nghĩ cô tắt máy hoặc điện thoại hết pin. Thế rồi anh không gọi lại nữa, vì thực ra cũng không có gì quan trọng, anh chỉ có chút bâng khuâng, nhớ đến gương mặt xinh đẹp, ánh mắt lấp lánh cười của cô nhìn anh trong mấy lần gặp hiếm hoi tại Biopha, nhớ lần đầu gặp Khánh Hương, anh hơi chững lại khi đối diện cô gái xinh đẹp hút hồn trong tấm áo phông màu cam. Lúc ấy, anh là lãnh đạo Liên hiệp các xí nghiệp dược Tp. Hồ Chí Minh, cô chỉ là một cán bộ tại một đơn vị trực thuộc, không có nhiều dịp để gặp nhau...

Khánh Hương nghỉ việc, đã ra Hà Nội ư? Và vì sao lại là Võ Thành báo tin này cho anh một cách khá dè dặt lạ lùng.

Tựu nhớ lại, khi nghe phong thanh có tin rằng anh sẽ phải rời vị trí lãnh đạo Liên hiệp các xí nghiệp dược Tp. Hồ Chí Minh để ra Hà Nội nhận nhiệm vụ mới, một số cán bộ chủ chốt của Liên hiệp lo rằng đơn vị sẽ bị vỡ hoặc ít nhất cũng sẽ chệch choạc hướng đi, nên bàn nhau thành lập công ty cổ phần Biopha, để thoát khỏi cái bóng nhà nước, và kiên định hướng đi phát triển mới mẻ do Trần Tựu lập ra cho các doanh nghiệp dược thời kỳ hội nhập, đổi mới. Khi Biopha được lập ra, Trần Tựu chia sẻ với ông Võ Thành, thì được Võ Thành ủng hộ. Thế rồi một hôm, Võ Thành hồ hởi báo với Tựu, rằng ông muốn giới thiệu một nhân sự rất giỏi về vật tư ngành dược, lại xinh đẹp, tháo vát, thạo ngoại ngữ, có nhiều quan hệ với các hãng dược quốc tế, sẽ đóng góp được nhiều cho Biopha. Tựu lập tức bàn với ông Hùng, giám đốc Biopha để gọi người phụ nữ ấy đến phỏng vấn. Hóa ra đó là một cô gái còn trẻ, mới 25 tuổi, năng lực tốt, kỹ năng thuần thục, và quả thật vô cùng xinh đẹp, một trường hợp hiếm có khó tìm. Ông Hùng rất vui và cảm ơn Trần Tựu đã tìm cho mình được nhân sự sáng giá.

Nhớ lại gương mặt kiêu sa và nụ cười sáng óng như mảnh trăng thu của Khánh Hương, Trần Tựu chợt xao lòng. Nhưng anh vội vàng đè nén cảm xúc là lạ ấy xuống. Anh cầm máy di động, gọi vào số máy mà Võ Thành vừa đọc cho.

- Dạ, em Khánh Hương đây – Giọng nữ nhỏ nhẹ, hơi run rẩy vang lên trong điện thoại.
- Em đang ở Hà Nội phải không? – Tựu hỏi – Cuối giờ hôm nay, nếu em không bận, anh mời em tới PPP ăn tối lúc bảy giờ.
- Vâng, em sẽ đến – Khánh Hương trả lời.

Khánh Hương trân trân nhìn vào màn hình điện thoại, nơi hiện lên dãy số quen thuộc mà cô đã mơ tới nhiều lần. Cô đã chờ đợi biết bao lâu cuộc gọi này. Rồi cuối cùng nó cũng tới, áp chiếc điện thoại vào ngực như muốn ghìm nhịp tim đang phi mã, Khánh Hương khép mắt lại, môi nhẹ nụ cười hạnh phúc. Nhưng chỉ được một lúc, cảm giác hồi hộp bắt đầu hành hạ cô. Cô biết nói gì với anh bây giờ? Đành rằng cô đã chờ mong, đã khao khát phút giây gặp gỡ này, đã chuẩn bị cho nó biết bao lâu, đã hình dung ra nó cả ban ngày và cả trong giấc mơ, nhưng khi nó đến, thì cô lại hoảng hốt, không biết mình sẽ đến và cư xử thế nào?

Cô đã nhìn thấy anh lần đầu trong một hội nghị ngành dược tại Tp. Hồ Chí Minh và ngay lập tức bị thu hút bởi vẻ đẹp của sự thông thái, tri thức và uy quyền kỳ lạ toát lên từ ánh mắt sáng, từ giọng điệu gãy gọn mà chứa nhiều thông điệp cao siêu, từ hình dáng vừa nhanh nhẹn, vừa đĩnh đạc, từ vầng trán cao thông thái, từ nụ cười tuy hiếm hoi mà nhân từ, phóng khoáng,... Và ngay sau đó, chẳng kiểm soát nổi chính mình, cô bắt đầu tìm hiểu thông tin về Trần Tựu ở bất cứ nguồn nào có thể, từ các phương tiện truyền thông, từ người trong ngành dược, từ một vài vị cán bộ cấp cao mà cô có quen... Kỳ lạ thay, càng biết thêm thông tin về anh, Khánh Hương càng bị thu hút mạnh. Cô cảm phục ý chí, tầm nhìn, tư tưởng khác biệt của người đàn ông này, và cũng nhìn thấy một tâm hồn đẹp trong anh. Cô càng ham tìm hiểu thêm về anh, và ước ao được làm việc bên anh. Và lạy Phật, cô cảm thấy có hy vọng sâu xa khi tìm hiểu được chút thông tin hiếm hoi về đời tư của anh, biết rằng anh đang ly thân với vợ. Cô cảm thấy tội lỗi khi nhìn ra một khe cửa hẹp cho mình. Nhưng như một con nghiện không thể kiểm soát nổi chính mình, cô cứ lao vào niềm đam mê tội lỗi này như thiêu thân, và cô cầu nguyện để được tha thứ. Cô cũng xin được trả giá nếu có thể, bởi cô biết tình cảm thần thánh này giá trị biết bao nhiêu. Có cảm giác như tương lai của cô sẽ đơn điệu và chẳng ý nghĩa gì nữa nếu cô để tuột khỏi tay điều quý giá này.

Có một khoảnh khắc đẹp hiếm hoi, mà cô giữ mãi trong tim, sống để dạ, chết mang theo. Lần ấy, cô may mắn được cùng đoàn công tác với anh tới Bảo Lộc. Trời đã tối, không khí cao nguyên lạnh càng sâu, cô thoáng rùng mình trên đường đi, và hình như anh cảm nhận được điều đó, nên đã cởi chiếc áo khoác anh đang mặc, choàng lên người cô. Cử chỉ quan tâm ân cần, dịu dàng và tinh tế từ người đàn ông tài hoa mà cô coi như thần tượng, khiến cô hạnh phúc đến mức càng run rẩy. Đêm ấy cô mất ngủ...

***

Nhìn những món ngon được bày ra trước mặt, mà Khánh Hương không thể ăn ngon miệng. Miệng cô khô khốc, và cô cứ uống nước liên tục. Cô đã khao khát phút giây này bao nhiêu, mà bây giờ, Trần Tựu hiện ra bằng xương bằng thịt trước mắt cô, thì cô dường như đông cứng. Hạnh phúc quá lớn cũng thật quá sức chịu đựng, dù từ thuở bé tới giờ, cô luôn là cô gái cứng rắn, mạnh mẽ, chẳng biết khuất phục bất cứ ai, bất cứ điều gì. Ơn Trời Phật, bất cứ đấng thiêng liêng nào, đã đưa anh tới đây, dù sau này cô có phải biến mất cũng cam lòng. Anh ấy đã đến đây vì cô. Anh ấy đang ở đây vì cô, vì cô mà thôi. Hạnh phúc sao lớn lao quá đỗi thế này!

Trần Tựu ăn uống từ tốn, mỉm cười nhìn cô:

-Sao em không ăn đi? Những món này không hợp với em sao?

-Dạ, món ăn rất ngon ạ. Nhưng em khó nuốt quá… - Khánh Hương ấp úng, lại nhấp thêm một ngụm nước.

-Em ăn đi lấy sức, vì chúng ta sẽ cần nói chuyện rất lâu đấy – Tựu tiếp cho Hương một miếng cá thu hấp còn nóng tỏa khói – Đừng lo, cho dù có chuyện gì khó khăn đến mấy, anh tin là anh cũng sẽ giúp được em.

Hương ăn miếng cá như một cái máy, cô chẳng cảm nhận nổi vị ngọt của cá, dù đây là món ưa thích của cô và được nhà hàng chế biến rất khéo. Anh ấy nói sẽ giúp cô ư? Liệu anh có cảm nhận được điều cô cần ở anh hay không? Liệu cô có nên nói ra điều ẩn ức ấy hay không? Nếu anh ấy từ chối thì sao? Nhưng có lẽ anh ấy đã nhận ra rồi, một người tinh tế như anh, hẳn khi thấy cô ấp úng run rẩy, thì đã đoán ra chuyện gì trong trái tim bé nhỏ của cô…

-Thôi được rồi, anh sẽ không ép em ăn nữa – Tựu rót thêm nước vào ly của Hương – Em uống thêm một chút rồi chúng ta ra ngoài đi dạo cho thoáng.

Họ chậm rãi sóng đôi trên con đường rợp bóng cây bên hồ Giảng Võ. Gió mùa hè mát rười rượi thổi bay sóng tóc lượn mềm trên vai Khánh Hương. Tựu thở dài, bỗng ước làm làn gió vờn trêu mái tóc mềm mại của thiếu phụ đang im lặng bước đi bên mình, lòng anh cũng rối bời mà chẳng hiểu tại sao.

-Sao em lại bỏ việc ở Biopha mà ra Hà Nội? – Cuối cùng thì Tựu cũng hỏi.

-Vì em sợ anh ra Hà Nội thì sẽ mất anh! – Hương liều lĩnh nói thật.

-Anh vẫn sống nhăn ra đây mà, làm sao mất được! – Tựu bật cười.

Khánh Hương chợt dừng lại, rồi cô đột ngột ôm chầm lấy anh, áp mái đầu lên ngực anh.

-Em xin lỗi, anh cho em ôm anh một lúc, rồi em sẽ đi. Em sẽ không làm phiền anh nữa đâu.

Tựu im lặng, vòng tay ôm lấy thiếu phụ mảnh mai. Anh cúi nghiêng đầu, áp má lên mái tóc mềm của cô, lặng lẽ cảm nhận sâu thẳm trong tim mình, từng đợt sóng ngầm trào lên mãnh liệt. Anh buông trôi, để mình chìm sâu trong sóng ấy.

***

Khánh Hương đã biến mất, để rồi xuất hiện thật đúng lúc trong đời anh. Cô quyết liệt từ bỏ một trang đời cũ, để liều mình đánh cược với số phận, lật sang một trang mới hoàn toàn. Cô cũng tiếp thêm cho anh sức mạnh, để can đảm cởi bỏ dùng dằng mối quan hệ đã không còn hơi ấm với người vợ cũ, và tiếp tục xây một tòa hạnh phúc trong hy vọng.

-Anh hơn em những 21 tuổi, em không ngại hay sao? – Một lần Tựu hỏi.

-Tuổi tác chỉ là một con số chẳng mấy ý nghĩa. Chưa biết mèo nào cắn mỉu nào đâu anh – Khánh Hương cười – Em thấy anh rõ ràng khỏe hơn em rất nhiều đấy. Em còn phải tìm cách để đuổi kịp anh, mà chắc là chẳng bao giờ kịp...

Khánh Hương đã đảm trách xuất sắc vị trí Giám đốc phòng vật tư của Vinapharm, giải quyết được vấn đề trống nhân sự cho vị trí này. Họ là một cặp đôi tâm đầu ý hợp hiếm có trong cả đời sống riêng và công việc chung. Những nỗ lực không mệt mỏi và sáng tạo liên tục của họ đã đóng góp quan trọng vào việc phát triển Vinapharm trong giai đoạn vàng xây dựng nền tảng vững chắc và bứt phá ngoạn mục. Suốt giai đoạn một thập niên sóng đôi cùng nhau ở Vinapharm, Khánh Hương vừa là đồng nghiệp, vừa là nàng thơ tạo cảm hứng cho chồng mình vượt vũ môn, giành được những thành tựu xuất sắc vượt trội trong sự nghiệp ngành dược.

Giải phóng siêu năng

(Hà Nội năm 2005)

Trần Tựu, người đã dành cả đời đi làm công chức của mình cho ngành dược, bước vào giai đoạn mới của cuộc đời: nghỉ hưu từ cương vị Tổng Giám đốc Tổng công ty dược Việt Nam. Không giống như hầu hết những vị lãnh đạo khác, thường tiếc nuối quãng thời gian vinh quang khi đương chức, ngay trước ngày đầu tiên của cuộc sống mới, Trần Tựu lại cảm thấy như được giải thoát khỏi những ràng buộc của cơ chế, tràn trề năng lượng cho một dự án ước mơ, nhưng đồng thời cũng tràn ngập cảm xúc trăn trở về những cơ hội chưa được thực hiện.

Hôm nay là ngày cuối cùng ông ngồi trên chiếc ghế Tổng giám đốc Tổng công ty Dược Việt Nam (Vinapharm) – chiếc ghế của vị thủ lĩnh ngành dược mà ông đã ngồi suốt mười năm qua. Lặng lẽ bên bàn làm việc, Trần Tựu nhìn ra ngoài cửa sổ, ngắm nhìn con phố Giảng Võ năng động và nhộn nhịp của Hà Nội. Ông nhớ về những người dân Việt Nam tần tảo sớm khuya đã thành thói quen, những người mà suốt đời ông đã mong muốn phục vụ tốt nhất. Ông nghĩ về ước mơ xây một xứ sở vàng, mà ở đó, ông cùng những đồng sự cùng chí hướng, sẽ viết nên những trang mới táo bạo cho sự nghiệp nghiên cứu, cung ứng dược phẩm hiệu quả nhất cho cộng đồng.

Trong căn phòng yên bình của mình, ánh nắng đầu ngày nhẹ nhàng chiếu qua cửa sổ, làm cho những kí ức xa xăm của thời thơ ấu hiện lên trong tâm trí ông. Hồi nhỏ, khi Tựu chỉ mới lên sáu tuổi, cuộc sống của ông bị thay đổi vĩnh viễn vào một ngày mùa thu buồn. Ông nhớ rõ hình ảnh của ngày đó: trong ngôi nhà tranh vách đất ở làng Duy Dương nghèo rớt mùng tơi, mẹ Ổn, với đôi mắt sưng sụp, ánh nhìn tuyệt vọng, ôm chặt lấy bố ông trên giường bệnh, cơ thể đã cứng dần. Bệnh tật đã cướp đi bố ông một cách nhanh chóng, không để lại cơ hội cho bất kỳ điều gì. Ông nhớ cảm giác sợ hãi và bất lực khi không thể làm gì để thay đổi điều ấy.

Nhìn cảnh mẹ Ổn khóc ngất bên thân thể lạnh ngắt của bố, Trần Tựu đã thề với lòng mình. Cậu bé tự hứa rằng khi lớn lên, sẽ dành cả đời phụng sự trong ngành dược, tìm ra mọi loại thuốc chữa bệnh cho người dân, và quản lý việc cung ứng thuốc thông minh nhất, sao cho những người nghèo nhất cũng luôn có thuốc trị bệnh.

Từ đó, trong suốt thời gian hơn hai thập niên đi làm của mình, Trần Tựu đã dành hết tâm huyết để thực hiện lời thề ấy. Ông đã học hỏi và làm việc không ngừng, trở thành một chuyên gia trong lĩnh vực dược phẩm và quản lý trong ngành. Mỗi thành công trong sự nghiệp của ông đều là một bước tiến dài hơn để thực hiện giấc mơ của mình, để biến ước mơ trẻ thơ thành hiện thực, và không để cho bất kỳ ai phải trải qua nỗi đau thiếu thuốc trị bệnh mà cha mẹ ông đã từng trải qua.

- Khánh Hương ơi, - ông gọi vợ mình, người hôm nay đã đến cơ quan sớm nhất cùng ông để chuẩn bị cho buổi lễ chia tay của ông với Tổng Công ty. Chị cũng đang phụ trách mảng cung ứng dược liệu trong Vinapharm - Anh đang suy nghĩ về một dự án mới.

Khánh Hương đến gần ông, nhìn chồng mình với ánh mắt quan tâm. Chồng chị, người chẳng bao giờ biết mệt mỏi, chưa kịp nghỉ ngơi hưởng hưu trí lấy một ngày, mà đã nghĩ ra việc mới ư? Chị nhẹ nhàng hỏi ông:

- Dự án gì vậy, anh?

Trần Tựu giải thích:

- Anh muốn thành lập một công ty dược tư nhân. Một công ty mà không bị ràng buộc bởi các quy định quản lý từ cấp trên, một công ty có thể linh hoạt, tốc độ nhất, hoàn hảo nhất trong việc phát triển sản xuất và cung cấp dược phẩm cho người dân, với giá thành dễ chịu nhất.

Khánh Hương lắng nghe giọng nói đầy nhiệt huyết mà quyền uy của chồng, chị cảm nhận rõ ràng một nguồn năng lượng siêu nhiên ẩn chứa trong người đàn ông mà chị yêu và gắn bó cả ở cơ quan cũng như ở nhà suốt mười năm qua. Chị gật đầu, ôm lấy vai ông một lúc để cảm nhận nguồn năng lượng kỳ diệu ấy, và sau đó nói:

- Em nghĩ đó là một ý tưởng tuyệt vời. Chúng ta có thể cùng nhau thực hiện giấc mơ của mình, phục vụ mọi người dân bằng những dược phẩm chất lượng.

Trần Tựu hạnh phúc khi có sự đồng cảm từ vợ mình. Thế là thay vì sửa soạn cho bữa tiệc chia tay cán bộ nhân viên Vinapharm, họ lại cùng nhau sôi nổi bàn bạc lập kế hoạch, nghiên cứu thị trường và tìm kiếm nguồn vốn để khởi đầu dự án của mình.

Với tinh thần quyết tâm và sự hỗ trợ từ Khánh Hương, người vợ trẻ tào khang, luôn truyền thêm cho ông động lực mới, Trần Tựu chuẩn bị sẵn sàng tâm thế để bước vào một cuộc hành trình mới, một hành trình thực hiện giấc mơ của mình, góp phần vào sự phát triển của ngành dược và xã hội Việt Nam.

***

Trên tầng ba ngôi nhà nhỏ của Trần Tựu và Khánh Hương trên phố Hoàng Cầu (Hà Nội), bầu không khí trong căn phòng trở nên sôi động khi Khánh Hương, Trần Tựu và ông Tân từ Bộ tài chính hào hứng thảo luận về kế hoạch xây dựng doanh nghiệp dược tư nhân của họ tại TP. Hồ Chí Minh. Tầng ba này là gian thờ, có cửa rộng hướng ra mặt hồ đón gió. Trần Tựu đặt tên cho tầng này là phòng sáng tạo, bởi những năm qua ông thường ngồi đây một mình, trong yên lặng, để tư duy, tìm ra những giải pháp cho các vấn đề khó khăn nhất mà Tổng công ty dược Việt Nam phải đối mặt.

Cuộc thảo luận càng lúc càng nóng lên, người này đang trình bày chưa xong thì người kia đã nảy ra ý tưởng mới của mình, cần được nói ra ngay. Ý tưởng tuôn ra ào ào như thác đổ, dường như bao nhiêu những sáng kiến táo bạo bị kìm lại không được thực hiện do cơ chế quản lý ràng rịt, trói buộc của Nhà nước nay được tháo tung. Ai nấy được kích thích, mặt mũi phừng phừng dù chẳng uống giọt rượu nào.

- Chúng ta cần tìm ra cách thu hút nguồn vốn đầu tư, - Khánh Hương đề xuất, ánh mắt sáng lên trong niềm phấn khích. Mái tóc cắt ngắn, với những lọn xoăn nhẹ rung vờn quanh gương mặt xinh đẹp, với đường nét sắc sảo của chị.

Trần Tựu gật đầu đồng ý:

- Đúng vậy, và chúng ta cũng cần phải xác định rõ mục tiêu và chiến lược kinh doanh của công ty.

Ông Tân, người bạn đồng hương chí thiết của Trần Tựu, đưa ra ý kiến của mình:

- Chúng ta không chỉ cần tập trung vào việc tìm kiếm vốn đầu tư, nguồn vốn quan hệ, mà còn phải xem xét kỹ lưỡng về cách thức quản lý và các kênh cung ứng sản phẩm…

Cuộc họp kéo dài đến tận khuya, và trong sự hứng khởi của cuộc thảo luận, họ quên mất thời gian. Khi ông Tân ra về, ông nhận ra đôi giày Ý đắt tiền mà ông để bên ngoài hiên nhà đã không cánh mà bay.

- Sao chúng ta lại quên mất giày của anh Tân? - Khánh Hương nhếch môi gắng cười, nhìn chồng mình với ánh mắt vờ trách – Anh không nhớ là khu vực này người ngay kẻ gian trộn lẫn chẳng biết đâu mà lần…

Trần Tựu và ông Tân cười xòa, cả hai đều nhận ra rằng sự hăng say trong cuộc họp đã khiến họ quên mất một chi tiết nhỏ nhưng không thể không cười được. Ông Tựu mở tủ giày dép, lấy tạm một đôi giày còn mới của mình, đặt xuống trước cửa:

- Tôi tặng anh luôn đôi giày này nhé. Tôi mới dùng có một lần thôi.

Ông Tân thử giày rồi ngắm nghía, vẫn hơi tiếc đôi giày Ý đắt tiền mà ông đi rất vừa chân. Nhưng dù vậy, họ cảm thấy hạnh phúc và tự tin hơn khi biết rằng mỗi phút giây dành cho việc lập kế hoạch cho doanh nghiệp mới là một bước tiến quan trọng trong hành trình chung của họ.

***

Trong căn phòng nhỏ tại ngôi nhà phố Hoàng Cầu ở Hà Nội, Trần Tựu và Khánh Hương ngồi bên nhau, mặt mày căng thẳng nhưng đầy quyết tâm.

- Em cảm thấy sao, Khánh Hương? - Trần Tựu hỏi vợ anh, ánh mắt đầy tò mò xen lẫn quan tâm – Đến lúc cần dịch chuyển rồi.

Khánh Hương nhìn chồng mình với ánh mắt trầm ngâm trước khi đáp:

- Anh biết đấy, việc bán căn nhà là một quyết định không dễ dàng. Căn nhà này không đơn giản là nơi ở, nó là một phần tình yêu, là kỷ niệm đời sống chung của chúng ta mười năm qua. Nhưng nếu đó là cách duy nhất để chúng ta có thể bắt đầu dự án doanh nghiệp dược của mình ở Tp. Hồ Chí Minh, em sẵn lòng...

Trần Tựu nắm chặt tay vợ, cảm động, an ủi:

- Em là người tri kỷ, người đàn bà tuyệt vời nhất mà cuộc đời này ưu ái dành cho anh, Khánh Hương à. Chúng ta đã đi qua nhiều gian khó và thử thách cùng nhau, và anh tin rằng chúng ta sẽ vượt qua được cả những thách thức tài chính này. Anh cũng gắn bó với ngôi nhà này chứ, và cũng tiếc biết bao kỷ niệm đẹp ở đây. Nhưng người Mỹ nói, nơi nào có công việc, nơi đó là nhà. Vào Sài Gòn, chúng ta sẽ xây ngôi nhà mới, xây xứ sở ước mơ.

-

Khánh Hương gật đầu:

- Em tin là chúng mình sẽ vượt qua vì mình luôn có nhau. Còn về mặt nhân sự, chúng ta cũng cần phải tìm những người có tâm huyết và tài năng. Anh và em không thể làm mọi việc một mình.
- Đúng vậy, - Trần Tựu đồng ý - Chúng ta sẽ cần một đội ngũ đồng lòng và chuyên nghiệp. Nhưng anh vững tin rằng, nếu chúng ta tiếp tục làm việc cùng nhau với lòng đam mê và kiên định, mọi khó khăn sẽ được giải quyết.

Trần Tựu ngừng lời, ông đột ngột dang tay ôm chặt người vợ mảnh mai, nhưng cũng rất đỗi quyết liệt trong công việc của mình. Ông thầm biết ơn người vợ đã luôn dành cho ông sự đồng thuận và quyết tâm của cô ấy vào những lúc thách thức nhất. Họ đã sẵn sàng đối mặt với những thử thách và xây dựng một tương lai tươi sáng cho dự án của mình.

Sau những năm tháng dày dạn kinh nghiệm làm việc trong ngành dược, hai người quyết định thực hiện giấc mơ của mình bằng việc xây dựng một công ty dược tư nhân tại Tp. Hồ Chí Minh.

Họ chọn thành phố Hồ Chí Minh - trái tim của nền kinh tế Việt Nam. Đây là nơi phù hợp nhất để bắt đầu một doanh nghiệp mới mẻ và năng động. Tuy nhiên, việc khởi đầu một doanh nghiệp không hề dễ dàng, đặc biệt là về mặt tài chính.

Trần Tựu và Khánh Hương đã đối mặt với thách thức lớn về nguồn vốn. Sau khi tính toán và xem xét kỹ lưỡng, họ quyết định bán nhà ở Hà Nội - nơi họ đã sinh sống suốt nhiều năm - để có được một khoản tiền đầu tư ban đầu cho dự án của mình. Mặc dù quyết định này không dễ dàng, nhưng Trần Tựu và Khánh Hương hiểu rằng để đạt được mục tiêu, họ cần phải hy sinh và ra những quyết định đầy quyết đoán.

***

Khánh Hương đứng bần thần hồi lâu một mình trước căn nhà nhỏ ở phố Hoàng Cầu, nhìn ngắm mọi góc cạnh một cách mặc tưởng. Trong những năm qua, đây không chỉ là nơi chị sinh sống cùng chồng con, mà còn là biểu tượng của tình yêu và công sức mà chị đã đầu tư vào từng chi tiết nhỏ.

Căn nhà không lớn, nhưng mỗi góc phòng đều được Khánh Hương trang trí cẩn thận, thấu hiểu về mức độ thẩm mỹ và sự thoải mái cho gia đình. Bức tranh màu nắng ấm vẽ nơi phòng khách, những bức ảnh kỷ niệm vui vẻ treo trên tường, và khu vườn nhỏ xinh trước cửa nhà, nơi chị đã trồng những loại hoa yêu thích.

Nhìn lại quãng thời gian gắn bó với căn nhà này, Khánh Hương cảm thấy lòng bồi hồi. Những ký ức về những bữa cơm gia đình, những cuộc trò chuyện bên bếp, và những nụ cười của con trẻ vẫn còn đọng mãi trong tâm trí chị.

Nhưng giờ đây, khi chồng chị, Trần Tựu, đã quyết định bắt đầu một dự án mới tại TP. Hồ Chí Minh, cần một khoản đầu tư đáng kể, việc bán căn nhà trở thành điều không thể tránh khỏi.

Khánh Hương hít thở sâu, lấy lại sự can đảm và quyết định bước tiếp. Dù lòng buồn rầu, nhưng chị hiểu rằng việc này là để mở ra một cánh cửa mới, để thực hiện một ước mơ lớn hơn, không chỉ cho chồng con mình mà còn cho cả gia đình lớn hơn và tương lai của họ. Chồng chị và con trai nhỏ Khôi Nguyên đã vào Tp. Hồ Chí Minh trước chị, chỉ còn chị ở lại để giải quyết xong việc bán ngôi nhà thân yêu này.

Hít một hơi thật dài, làn gió mát từ hồ Hoàng Cầu thổi lại, mang cho chị một chút thư giãn, Khánh Hương thì thầm lời chia tay cuối cùng với căn nhà yêu quý, biết rằng trong tương lai, nơi mới sẽ là tổ ấm đầy hạnh phúc và thành công mới của họ.

Sau khi bán nhà để giải quyết vấn đề tài chính, hai người cũng còn phải đối mặt với thách thức về nguồn nhân lực. Họ đã đầu tư thời gian và công sức vào việc tìm kiếm và thu hút những nhân viên có tâm huyết và tài năng. Bằng cách này, họ đã xây dựng một đội ngũ đồng lòng và chuyên nghiệp, sẵn sàng cùng nhau chinh phục mọi thách thức.

Dù đối mặt với nhiều khó khăn, nhưng sự kiên trì và nỗ lực không ngừng của Trần Tựu và Khánh Hương đã đem lại kết quả khả quan. Doanh nghiệp dược tư nhân SaVipharm dần hình thành rõ nét trong bản đề án mà họ xây dựng, với kỳ vọng trở thành một điểm sáng trong thị trường, mang lại lợi ích không chỉ cho những nhà sáng lập mà còn cho cả cộng đồng, đồng thời thúc đẩy sự phát triển của ngành dược ở Việt Nam.

Nghĩa tào khang

Thơ: **Vũ Khánh Hương**
(Tặng chồng **Trần Tựu**)

Ngày ta gặp nhau nắng chói chang mật ngọt
Mây bay ngang đầu, gió cuốn tóc em xanh
Bàn tay anh ấm áp chân thành
Cuốn phăng em khỏi lối mòn xưa cũ

Mặc định kiến, hoài nghi còn bỏ ngỏ
Ta nắm tay nhau giữa sóng gió thật bình yên
Hạnh phúc là những ngày từ gian khó vượt lên
Chẳng cần chờ phút huy hoàng cập bến

Ta bên nhau một phần tư thế kỷ
Ân tình trao nhau như cả kiếp tiền duyên
Em dịu dàng hôn mái tóc màu mây
Vẫn nghe mùi nắng của ngày đầu gặp gỡ
Mình bên nhau hết chặng đường anh nhé
Mỗi phút giây này trọn vẹn nghĩa tào khang
(Mùa Xuân năm 2024)

Về tác giả

Kiều Bích Hậu

Sinh tại Hưng Yên, Việt Nam.

Phụ trách website Tạp chí Nhà văn và Cuộc sống, Hội nhà văn Việt Nam.

Giám đốc truyền thông công ty dược SaVipharm

Tiến sĩ danh dự - Học Viện Prodigy Life (Mỹ) về văn chương và nghiên cứu văn hóa.

Nhà sáng lập kiêm Trưởng nhóm Nữ dịch giả Hà Nội, (Hanoi Female Translators – HFT)

Là nhà văn, nhà thơ, dịch giả, đại diện văn học. Hội viên Hội nhà văn Việt Nam. Là Biên tập viên tạp chí Neuma (Romania), tạp chí Humanity (Nga), Đại diện tại Việt Nam của Tạp chí Prodigy (Mỹ), Đại sứ NXB Ukiyoto Canada tại Việt Nam. Đã xuất bản 25 đầu sách riêng tại Việt Nam, Ý, Hungary, Mỹ, Romania và Canada. In chung 6 đầu sách tại: Đức, Canada, Nga, Hy Lạp, Romania. Thơ và truyện ngắn được dịch 18 ngôn ngữ trên thế giới: English, Italian, Korean,

Russian, Marathi, Hindi, Romanian, Hungarian, Spanish, Portuguese, Nepali, Uzbek, French, German, Turkish, Chinese, Montenegrin, Ả Rập...

Giành 9 giải thưởng văn học trong nước và quốc tế.

Là đại biểu tham dự nhiều sự kiện văn học quốc tế, trong đó có: Diễn đàn các nhà văn Asean và Trung Quốc 2019 tại Trung Quốc; Diễn đàn các nhà văn châu Á lần thứ Nhất (2019 tại Kazakhstan); Liên hoan thơ châu Âu 2020 trực tuyến lần 10 và trực tiếp 2021 lần 11 tại Como (Italia); Liên hoan mùa xuân thơ ca Romania 2023; Liên hoan thơ châu Âu 2023 lần 13 tại Como (Italia); Liên hoan thơ Mỹ lần 10 tại New York (Mỹ) 2023; Liên hoan thơ văn Raipo Malaysia 2023 tại Kuala Lumpur, Ngày thơ Đài Loan – Việt Nam 2024 tại Đài Loan, Diễn đàn Phụ nữ và phát triển, Liên hoan văn chương quốc tế tại Maroc 2024, Liên hoan văn chương quốc tế Minangkabau 2024 tại Indonesia...

Bông mai xanh kiêu hãnh

Bản quyền:

Nhà văn Kiều Bích Hậu/2024

(In lần thứ nhất)

Bìa: JyKhanh

Trình bày nội dung: Hồ Linh Chi

Chỉnh sửa ảnh: NSNA Đỗ Lan Hương, Lemis

www.ingramcontent.com/pod-product-compliance
Lightning Source LLC
LaVergne TN
LVHW041533070526
838199LV00046B/1645